ഗ്രീൻ ബുക്സ്
അബ്ദുൾ കലാം വചനങ്ങൾ
എ.പി.ജെ. അബ്ദുൾ കലാം
1931ൽ രാമേശ്വരത്ത് ജനനം.
ഇന്ത്യയുടെ പതിനൊന്നാമത്തെ
രാഷ്ട്രപതി (2002-2007)
2015 ജൂലൈയിൽ നിര്യാതനായി.
അദ്ദേഹത്തിന്റെ പ്രശസ്തമായ ഉദ്ധരണികൾ
ഉള്ളടക്കമായ കൃതി.

സമാഹരണം
സുരേഷ് എം.ജി.

QUOTATIONS

അബ്ദുൾ കലാം
വചനങ്ങൾ

സമാഹരണം
സുരേഷ് എം.ജി.

ഗ്രീൻ ബുക്സ്

green books private limited
little road, ayyanthole, thrissur- 680 003
ph: 0487-2361038
website: www.greenbooksindia.com
e-mail: info@greenbooksindia.com

(malayalam)
abdul kalam vachanangal
(general knowledge)

compiled by
suresh m.g.

first published september 2015
reprinted june 2016
copyright reserved

cover design : rajesh chalode

branches:
thrissur 0487-2422515
palakkad 0491-2546162
kannur 0497-2763038
Thiruvananthapuram 9846670899

isbn : 978-81-8423-435-0

---

no part of this publication may be reproduced, or transmitted in any form or by any means, without prior written permission of the publisher

എ.പി.ജെ. അബ്ദുൾ കലാം
(1931-2015)

എ.പി ജെ അബ്ദുൾ കലാം എന്ന പേര് ഇന്ന് ലോകമെമ്പാടും പ്രസിദ്ധമാണ്. ഇന്ത്യയുടെ രാഷ്ട്രപതിയായിരുന്നതുകൊണ്ട് മാത്രമല്ല കലാം പ്രസിദ്ധനായത്. കലാം എന്ന മനുഷ്യന്റെ സവിശേഷവ്യക്തിത്വവും ഈ പ്രശസ്തിക്ക് കാരണമായിരിന്നു. എത്രയെത്ര ഉയരത്തിലെത്തിയാലും ജന്മസിദ്ധമായ എളിമയിലും, കഠിനാദ്ധ്വാനത്തിലും, സ്നേഹത്തിലും, സൗഹാർദത്തിലും മാറ്റം വരുത്താതെ സൂക്ഷിക്കുന്നവരാണ് മഹാന്മാർ. ഈ ഗുണഗണങ്ങളെല്ലാം ഒത്തുചേരുന്നു എന്നതു കൊണ്ട് എ.പി.ജെ. അബ്ദുൾ കലാം മഹാന്മാരുടെ പട്ടികയിൽത്തന്നെ ഉൾപ്പെടുന്നു.

1931 ഒക്ടോബർ പതിനഞ്ചാം തിയതി, രാമേശ്വരത്തെ മുസ്ലീം പള്ളിയിലെ ഇമാമും ഒരു ബോട്ട് ഉടമയുമായിരുന്ന ജൈനുലബ്ദുദ്ദീന് ഒരു മകൻ പിറന്നു. തികച്ചും സാത്വികനായ ജൈനുലബ്ദുദ്ദീൻ രാമേശ്വരം ക്ഷേത്രത്തിലെ അന്നത്തെ പ്രധാന പൂജാരിയായിരുന്ന പക്ഷി ലക്ഷ്മണ ശാസ്ത്രികളുടെ അടുത്ത സുഹൃത്തായിരുന്നു. അവർ അയൽക്കാരുമായിരുന്നു. അവുൽ പകീർ ജൈനുലബ്ദ്ദീൻ അബ്ദുൾ കലാം എന്നാണ് മാതാപിതാക്കൾ ഈ കുട്ടിക്ക് പേരിട്ടത്. അഷിയാമ്മ എന്നായിരുന്നു കലാമിന്റെ ഉമ്മയുടെ പേര്. അവരുടെ അഞ്ച് മക്കളിൽ ഏറ്റവും ഇളയവനായിരുന്നു ഈ കുട്ടി. ഒരു സഹോദരിയും മൂന്ന് സഹോദരന്മാരുമാണ് കലാമിനുണ്ടായിരുന്നത്. ഈ കുട്ടിയാണ് പിന്നീട് ലോകപ്രശസ്തനായ ശാസ്ത്രജ്ഞനും ഇന്ത്യയുടെ രാഷ്ട്രപതിയുമായത്.

കലാമിന്റെ മുത്തച്ഛന്മാർ വ്യാപാരികളായിരുന്നു. ധനുഷ്കോടിയിലേക്കെത്തുവാൻ അന്നൊക്കെ കടൽ കടക്കണമായിരുന്നു. ഇങ്ങനെ കടൽ കടക്കുവാൻ തീർത്ഥാടകർ ആശ്രയിച്ചിരുന്നത് ബോട്ടുകളെയായിരുന്നു. കലാമിന്റെ മുത്തച്ഛന്മാർ ബോട്ടുടമകളുമായിരുന്നു. അവരുടെ പ്രധാന വ്യാപാരം ക്ഷേത്രത്തിലേക്കെത്തുന്ന തീർത്ഥാടകർക്കുള്ള ബോട്ട് സൗകര്യങ്ങൾ ഏർപ്പെടുത്തലും,

ഇന്ത്യയിൽനിന്നും ശ്രീലങ്കയിൽനിന്നും ബോട്ട് മാർഗ്ഗം പലവ്യഞ്ജനങ്ങൾ രാമേശ്വരത്ത് എത്തിക്കുകയുമായിരുന്നു. വ്യാപാരം നല്ല രീതിയിൽ നടന്നിരുന്നു. അവർ കുറച്ചൊക്കെ ധനികരുമായിരുന്നു. എന്നാൽ 1914 ൽ പാമ്പൻ പാലം വന്നതോടെ രാമേശ്വരം തീർത്ഥാടനത്തിന് ബോട്ടിനെ ആശ്രയിക്കേണ്ടതില്ലാതായി. ഇത് അവരുടെ വ്യാപാരത്തെ ബാധിച്ചു. കലാം ജനിച്ച 1931 ആകുമ്പോഴേക്കും വ്യാപാരം മിക്കവാറും നശിച്ചിട്ടുണ്ടായിരുന്നു. കുടുംബാംഗങ്ങളിൽ പലരും മറ്റു ജീവിതോപാധികൾ അന്വേഷിച്ച് തുടങ്ങിയിരുന്നു. കലാമിന്റെ പിതാവിന്റെ പക്കൽ അപ്പോഴും ഒരു ബോട്ടുണ്ടായിരുന്നു. ബോട്ട് യാത്രകൾ തീർത്തും അന്യം നിന്നിട്ടില്ലായിരുന്നു. കലാമിന്റെ അച്ഛന്റെ ഉടമസ്ഥതയിലുള്ള ബോട്ടിൽ തീർത്ഥാടകർക്ക് മറുകരയെ്ക്കത്തുന്നതിനുള്ള സൗകര്യങ്ങൾ തുടർന്നുകൊണ്ടിരുന്നു. അവരുടെ കുടുംബത്തിന്റെ പ്രധാന വരുമാന മാർഗ്ഗം ഈ ബോട്ടായിരുന്നു.

ഒരു ദിവസം രാത്രിയിൽ വീശിയടിച്ച കൊടുങ്കാറ്റിൽ രാമേശ്വരവും പരിസരവും തകർന്ന് പോയി. പലരുടേയും വള്ളങ്ങളും ബോട്ടുകളും തകരുകയോ കടലിലേക്ക് ഒഴുകിപ്പോകുകയോ ചെയ്തു. കലാമിന്റെ അച്ഛന്റെ ഉടമസ്ഥതയിലുള്ള ബോട്ടും ഇതിലുൾപ്പെട്ടു. ഒരു കുടുംബത്തിന്റെ അത്താണിയായിരുന്നു ആ ബോട്ട്. കുടുംബത്തിൽ മ്ലാനത പടർന്നു. കുടുംബനാഥൻ ധൈര്യം കൈവിട്ടില്ല. നിങ്ങൾക്ക് താങ്ങായി ഞാനുണ്ട് എന്നദ്ദേഹം കുട്ടികളെ സമാധാനിപ്പിച്ചു. ഏതൊരു അപകട സ്ഥിതിയിലും, വിഷമാവസ്ഥകളിലും ധൈര്യവും ആത്മവിശ്വാസവും കൈവിടാതിരിക്കുവാൻ കുട്ടികളെ പ്രാപ്തരാക്കുന്നതിൽ അദ്ദേഹത്തിന്റെ ഈ മനഃസാന്നിദ്ധ്യത്തിന് വലിയ പങ്ക് വഹിക്കുവാൻ കഴിഞ്ഞിട്ടുണ്ട്. കലാമിന്റെ പിൽക്കാലജീവിതത്തിലും അച്ഛൻ പകർന്നു നൽകിയ സ്വാധീനമുണ്ടായിട്ടുണ്ട്.

ബോട്ട് നഷ്ടപ്പെട്ടുവെങ്കിലും വലിയ ബുദ്ധിമുട്ടുകളില്ലാതെ കലാമിന്റെ പിതാവ് കുടുംബ പ്രശ്നങ്ങൾ പരിഗണിച്ചിരുന്നത്. അദ്ദേഹം ജ്ഞാനിയും വലിയ ദൈവവിശ്വാസിയുമായിരുന്നു. ജനസേവനമാണ് ഏറ്റവും വലിയ ഈശ്വരസേവ എന്നദ്ദേഹം ഉറച്ച് വിശ്വസിച്ചു.

വലിയ വിജയങ്ങൾ തനിക്കുണ്ടായിട്ടുണ്ടെങ്കിലും തന്നെ താനാക്കിയതിൽ തന്റെ പരാജയങ്ങൾക്ക് വലിയ പങ്കുണ്ടെന്ന് കലാം തുറന്ന് പറയുന്നു. പരാജയങ്ങളിൽ മനസ്സു മടുക്കാതെ മുന്നേറിയതുകൊണ്ടാണ്, പരാജയങ്ങളിൽനിന്നും പാഠങ്ങൾ ഉൾക്കൊണ്ടതുകൊണ്ടാണ് പിന്നീട് ജീവിത വിജയങ്ങളുണ്ടായതെന്ന് കലാം

തന്റെ ആത്മകഥയിൽ പറയുന്നു. അച്ഛനിൽനിന്നും കുട്ടിക്കാലത്ത് ലഭിച്ച ശിക്ഷണമാണ് കലാമിനെ ഇങ്ങനെ ചിന്തിക്കുവാൻ പ്രാപ്തനാക്കിയത്.

രണ്ടാം ലോക മഹായുദ്ധം തുടങ്ങുമ്പോൾ കലാമിന് എട്ട് വയസ്സാണ്. യുദ്ധം നാട്ടിലെ സാമ്പത്തിക സ്ഥിതിയിൽ വലിയ ബുദ്ധിമുട്ടുകളുണ്ടാക്കി. രാജ്യത്ത് സാമ്പത്തിക അടിയന്തരാവസ്ഥ നിലവിലുള്ളതുപോലയുള്ള ഒരു സ്ഥിതിവിശേഷം വന്നു ചേർന്നു. ഇത് സ്വാഭാവികമായും കലാമിന്റെ കുടുംബത്തേയും ബാധിച്ചു. കലാമിന്റെ പിതാവിന്റെ ജ്യേഷ്ഠന്റെ പുത്രൻ അക്കാലത്ത് രാമേശ്വരത്തെ പത്രവിതരണ സ്ഥാപനത്തിന്റെ ഉടമയായിരുന്നു. കുടുംബത്തെ സഹായിക്കുവാനായി എട്ടുവയസ്സുകാരനായ കലാം ഈ ജ്യേഷ്ഠന്റെ സഹായിയായി. ഇതുമൂലം മറ്റൊരു അനുഗ്രഹം കൂടി കലാമിനുണ്ടായി. സ്ഥിരമായി പത്രം വായിക്കുന്ന സ്വഭാവം ലഭിക്കുക എന്ന അനുഗ്രഹം. സ്ഥാപനമുടമ ഷംസുദ്ദീനും കലാമിന്റെ ജ്യേഷ്ഠനായ ജലാലുദ്ദീനും കലാമുംകൂടി സായാഹ്നത്തിൽ കടപ്പുറത്തിരുന്ന് പത്രം വായിക്കുക ഒരു ശീലമാക്കി. കുട്ടിക്കാലത്ത് ലഭിച്ച പത്രം വായിക്കുക എന്ന ശീലം എന്നെന്നും കൂടെയുണ്ടായി എന്ന് കലാം തന്നെ പിന്നീട് പറഞ്ഞിട്ടുണ്ട്.

പഠനത്തിൽ കലാം വലിയ മാർക്കോടെ ജയിക്കാറില്ലായിരുന്നു. എങ്കിലും കഠിനാദ്ധ്വാനിയാണെന്നും ബുദ്ധിശാലിയാണെന്നും അന്നേ അദ്ധ്യാപകർ വിലയിരുത്തിയിരുന്നു. രാമേശ്വരം എലിമെന്ററി സ്കൂളിലെ പ്രാഥമിക വിദ്യാഭ്യാസത്തിനു ശേഷം, രാമനാഥപുരം ഷ്വാർട്സ് മെട്രിക്കുലേഷൻ സ്കൂളിലായിരുന്നു കലാമിന്റെ സ്കൂൾ വിദ്യാഭ്യാസം. ദീർഘനേരം പാഠപുസ്തകത്തിനു മുന്നിൽ തപസ്സിരിക്കുന്ന അദ്ദേഹത്തിന്റെ സ്വഭാവം അന്നേ ശ്രദ്ധിക്കപ്പെട്ടിരുന്നു. സ്കൂൾ വിദ്യാഭ്യാസകാലത്ത് ഗണിതമായിരുന്നു ഇഷ്ടവിഷയം. സ്കൂൾ വിദ്യാഭ്യാസത്തിനുശേഷം തിരുച്ചിറപ്പള്ളിയിലെ സെന്റ് ജോസഫ്സ് കോളേജിൽ ചേർന്നു. ഊർജ്ജതന്ത്രം ഐച്ഛിക വിഷയമായി ബിരുദം നേടി. 1954ലാണദ്ദേഹം മദ്രാസ് സർവകലാശാലയുടെ കീഴിലുള്ള ഈ കോളേജിൽനിന്നും ബിരുദം നേടുന്നത്. അതിനുശേഷം വിദ്യാഭ്യാസം തുടരുവാനായി മദ്രാസ് ഇൻസ്റ്റിറ്റ്യൂട്ട് ഓഫ് ടെക്നോളജിയിൽ ചേർന്നു. എയ്റോ സ്പേസ് എഞ്ചിനീയറിങ്ങ് ആയിരുന്നു ഐച്ഛികവിഷയം. 1955-ലാണദ്ദേഹം ഇവിടെ പഠനത്തിനായി ചേരുന്നത്. സ്കോളർഷിപ്പോടുകൂടിയായിരുന്നു ഈ പഠനം.

ഈ പഠനത്തിനിടയ്ക്ക് എല്ലാ കുട്ടികളും ഒരു പ്രോജക്ട് ചെയ്യേണ്ടതായുണ്ടായിരുന്നു. കലാമിന്റെ പ്രോജക്ടിന്റെ പുരോഗമനം

കോളേജിലെ ഡീനിന് തൃപ്തികരമായില്ല. 'അടുത്ത മൂന്ന് ദിവസത്തിനുള്ളിൽ പ്രോജക്ട് പൂർത്തീകരിച്ചില്ലെങ്കിൽ താങ്കളുടെ സ്കോളർഷിപ്പ് റദ്ദാക്കും' എന്ന് ഡീൻ താക്കീത് നൽകി. കലാം മൂന്ന് ദിവസത്തിനുള്ളിൽ തന്നെ പ്രോജക്ട് പൂർത്തിയാക്കി. ഇത് ഡീനിനെ തൃപ്തിപ്പെടുത്തുക മാത്രമല്ല, കലാമിന്റെ കഠിനാദ്ധ്വാനം കണ്ട് ഡീൻ കലാമിനെ പുകഴ്ത്തുകയും ചെയ്തു.

വിദ്യാർത്ഥിയായിരിക്കുമ്പോൾ വായുസേനയുടെ വിമാനം പറത്തുന്ന പൈലറ്റാകുക എന്നതായിരുന്നു കലാമിന്റെ സ്വപ്നം. അതിനുള്ള പരീക്ഷയിൽ ആദ്യ എട്ട് സ്ഥാനക്കാരെ മാത്രമേ തിരഞ്ഞെടുക്കുമായിരുന്നുള്ളു. കലാം ഒമ്പതാം സ്ഥാനത്തായി. അതിനാൽ തന്റെ സ്വപ്നം സാക്ഷാത്കരിക്കപ്പെടാതെയും പോയി.

1960 ൽ കലാം മദ്രാസ് ഇൻസ്റ്റിറ്റ്യൂട്ട് ഓഫ് ടെക്നോളജിയിൽ നിന്നും ബിരുദം നേടി. അതേ വർഷം അദ്ദേഹം ഡിഫൻസ് റിസേർച്ച് ആന്റ് ഡവലപ്മെന്റ് ഓർഗനൈസേഷന്റെ (DRDO) കീഴിലുള്ള എയ്റോനോട്ടിക്കൽ ഡവെലപ്മെന്റ് എസ്റ്റാബ്ലിഷ്മെന്റിൽ ശാസ്ത്രജ്ഞനായി ജോലിക്ക് ചേർന്നു. തന്റെ തിരഞ്ഞെടുപ്പ് ശരിയാണോ എന്ന് അപ്പോൾ കലാമിന്റെ മനസ്സിൽ ഒരു ആശങ്കയുണ്ടായിരുന്നു. അക്കാലത്താണ് അദ്ദേഹം ഇന്ത്യൻ ബഹിരാകാശ ദൗത്യങ്ങളുടെ പിതാവ് എന്നുകൂടി അറിയപ്പെടുന്ന വിക്രം സാരാഭായിയെ പരിചയപ്പെടുന്നത്. ഡി ആർ ഡി ഒ യിൽ വിക്രം സാരാഭായിക്ക് കീഴിൽ ജോലിചെയ്യുവാൻ കലാമിന് അവസരം ലഭിച്ചു. 1969ൽ കലാമിനെ ഇന്ത്യൻ സ്പേസ് റിസർച്ച് ഓർഗനൈസേഷനിലേക്ക് (ISRO) സ്ഥലം മാറ്റി. അവിടെ അപ്പോൾ ഇന്ത്യയുടെ ആദ്യ ബഹിരാകാശ വിക്ഷേപണ വാഹിനിയുടെ ജോലികൾ ആരംഭിക്കുവാനിരിക്കുകയായിരുന്നു. അതിന്റെ ആദ്യ ചുമതലക്കാരൻ എന്ന നിലയിലാണദ്ദേഹത്തെ ISRO യിലേക്ക് സ്ഥലം മാറ്റുന്നത്. SLV-III എന്നായിരുന്നു ഈ ബഹിരാകാശ വിക്ഷേപണ വാഹിനിക്ക് നൽകിയ പേര്. 1980ൽ ഇന്ത്യയുടെ രോഹിണി എന്ന ഉപഗ്രഹം ബഹിരാകാശത്ത് സ്ഥാപിച്ചത് ഈ വാഹിനിയായിരുന്നു.

ഇതിനു വളരെ മുമ്പുതന്നെ കലാം റോക്കറ്റ് വിക്ഷേപണം എന്ന ദൗത്യത്തിന്റെ അമരക്കാരനായി തുടങ്ങിയിരുന്നു. 1965 മുതൽ അദ്ദേഹം ഈ രംഗത്ത് പല ഗവേഷണങ്ങളും നടത്തിത്തുടങ്ങി. 1963–64ൽ അദ്ദേഹം ഹാംപടണിലെ നാസ, ഗ്രീൻബെല്റ്റിലെ ഗൊദ്ദാർദ്ദ് സ്പേയ്സ് ഫ്ളൈറ്റ് സെന്റർ എന്നിവ സന്ദർശിച്ചിരുന്നു. 1970 മുതൽ 1990 വരെയുള്ള കാലഘട്ടത്തിനിടയ്ക്ക് ഇന്ത്യ വിക്ഷേപിച്ച പോളാർ സാറ്റ്ലൈറ്റ് ലോഞ്ച് വെഹിക്കിൾ (PSLV), SLV-III എന്നിവയുടെ അമരക്കാരനും കലാമായിരുന്നു. ഈ ദൗത്യങ്ങളെല്ലാം വലിയ വിജയമായിരുന്നു.

ഇന്ത്യയുടെ ആദ്യ ന്യൂക്ലിയർ പരീക്ഷണം. രാജ രാമണ്ണയായിരുന്നു ഈ പരീക്ഷണത്തിന് നേതൃത്വം നൽകിയത്. ചിരിക്കുന്ന ബുദ്ധൻ എന്നായിരുന്നു ഈ പദ്ധതിയുടെ പേര്. പരീക്ഷണം കാണുന്നതിനായി രാജ രാമണ്ണ കലാമിനെ ക്ഷണിച്ചിരുന്നു. കലാം ബാലിസ്റ്റിക് മിസൈലുകൾ നിർമ്മിക്കുന്നതിനായുള്ള രണ്ട് പദ്ധതികളുടെകൂടി ചുമതല വഹിച്ചിരുന്നു. -SLV പദ്ധതികളുടെ വിജയമാണ് ബാലിസ്റ്റിക് മിസൈൽ എന്ന ആശയത്തിലേക്ക് ഇന്ത്യയെ നയിച്ചത്.

ബഹിരാകാശ പദ്ധതികൾക്കായുള്ള പദ്ധതിത്തുക ആദ്യം കേന്ദ്ര സർക്കാർ നൽകാൻ വിസ്സമ്മതിക്കുകയുണ്ടായി. അന്നത്തെ പ്രധാനമന്ത്രിയായ ഇന്ദിരാഗാന്ധി ഇടപെടുകയും തന്റെ വിവേചനാധികാരം ഉപയോഗിച്ച് തുക നൽകുകയും ചെയ്തു. കലാമിന്റെ നേതൃത്വപാടവം 1980 കളിൽ ഇന്ത്യയുടെ ബഹിരാകാശ ഗവേഷണരംഗത്തെ അത്യുന്നതങ്ങളിലെത്തിക്കുകയായിരുന്നു. അദ്ദേഹത്തിന്റെ നേതൃത്വം നേരിട്ടറിഞ്ഞ ഭാരത സർക്കാർ മിസൈൽ പദ്ധതികളുടെ ഡയറക്ടറായി അദ്ദേഹത്തെ നിയമിച്ചു. പിന്നീട് ഇന്ത്യൻ രാഷ്ട്രപതിയായ ആർ. വെങ്കിട്ടരാമനായിരുന്നു അന്ന് രാജ്യരക്ഷാ വകുപ്പ് മന്ത്രി. കലാമും വെങ്കിട്ടരാമനും പിന്നെ അദ്ദേഹത്തിന്റെ ഉപദേഷ്ടാവും ശാസ്ത്രജ്ഞനുമായ ഡോക്ടർ വി.എസ് അരുണാചലവും ഒന്നിച്ച് കേന്ദ്ര സർക്കാരിനുമേൽ സമ്മർദ്ദം ചെലുത്തി. മിസൈൽ ഗവേഷണം (IGMDP) എന്നായിരുന്നു ഈ പദ്ധതിയുടെ പേര്. ഈ പദ്ധതിയാണ് പിന്നീട് അഗ്നി, പൃഥ്വി, തുടങ്ങിയ, രാജ്യത്തിന്റെ അഭിമാനമായി മാറിയ മിസൈലുകൾ വികസിപ്പിച്ചെടുത്തത്.

1992 മുതൽ 1999 വരെ കലാം പ്രധാനമന്ത്രിയുടെ മുഖ്യ ശാസ്ത്ര ഉപദേഷ്ടാവും DRDO (ഡിഫൻസ് റിസർച്ച് ആന്റ് ഡവലപ്മെന്റ് ഓർഗനൈസേഷൻ)യുടെ സെക്രട്ടറിയുമായും പ്രവർത്തിച്ചു. ഇക്കാലത്താണ് പൊഖ്രാൻ 2 അണുവായുധ പരീക്ഷണം നടക്കുന്നത്. ഈ പരീക്ഷണത്തിന്റെ ചീഫ് പ്രോജക്ട് കോർഡിനേറ്റർമാർ കലാമും രാജഗോപാല ചിദംബരവുമായിരുന്നു. ഇക്കാലത്ത് മാധ്യമങ്ങളിൽ അദ്ദേഹം നിറഞ്ഞ് നിന്നു. ഇന്ത്യ കണ്ടിട്ടുള്ള ഏറ്റവും മികച്ച ന്യൂക്ലിയർ ശാസ്ത്രജ്ഞൻ എന്ന പ്രസിദ്ധി ഈ പരീക്ഷണം അദ്ദേഹത്തിന് നേടിക്കൊടുത്തു. എന്നാൽ ഇതിനോടൊപ്പം ചില വിമർശനങ്ങളും അദ്ദേഹത്തെ തേടിയെത്തുകയുണ്ടായി. പരീക്ഷണം പരാജയമായിരുന്നുവെന്നും കലാം തെറ്റായ റിപ്പോർട്ട് നൽകുകയായിരുന്നുവെന്നും മറ്റൊരു ഡയറക്ടറായ കെ. സന്താനം ആരോപിക്കുകയുണ്ടായി.

കലാമിന്റെ പരീക്ഷണങ്ങളും സേവനങ്ങളും ബഹിരാകാശ-മിസൈൽ രംഗങ്ങളിൽ ഒതുങ്ങിയില്ല. ആതുരസേവാരംഗത്തും അദ്ദേഹം തന്റെ സേവനം നൽകിയിട്ടുണ്ട്. 1998ൽ കാർഡിയോള ജിസ്റ്റായ സോമ രാജുവിനോടൊപ്പം ചേർന്ന് അദ്ദേഹം ഹൃദ്രോഗികൾക്കായി ഒരു കൊറോണറി സ്റ്റെന്റ് വികസിപ്പിച്ചു. അതുവരേക്കും ഒരു കൊറോണറി സ്റ്റെന്റിന്റെ വില സാധാരണക്കാരായ രോഗികൾക്ക് താങ്ങാനാകുന്നതായിരുന്നില്ല. എന്നാൽ കലാമും രാജുവും കൂടി വികസിപ്പിച്ചെടുത്ത സ്റ്റെന്റ്, ദരിദ്രരായ ഹൃദ്രോഗികൾക്ക് വലിയൊരു ആശ്വാസമായി. ഇതിനെ വൈദ്യശാസ്ത്ര രംഗത്ത് "കലാം-രാജു സ്റ്റെന്റ്" എന്ന് പേരിടുകയും ചെയ്തു. 2012ൽ ഇതേ സഖ്യം വീണ്ടും പുതിയൊരു കണ്ടുപിടിത്തവുമായി രംഗത്തെത്തി. ഇത്തവണ ആരോഗ്യമേഖലയ്ക്ക് സഹായകരമാകുന്ന ഒരു ടാബ്‌ലറ്റ് ആയിരുന്നു കണ്ടുപിടിത്തം. "കലാം-രാജു ടാബ്‌ലറ്റ്" എന്നറിയപ്പെടുന്ന ഈ ടാബ്‌ലറ്റ് ഗ്രാമീണ മേഖലയെ ലക്ഷ്യം വച്ച് നിർമ്മിച്ചതാണ്. പോളിയോ പോലുള്ള രോഗങ്ങളാൽ അവശരായി, നടക്കുവാൻ കാലിൽ പലവിധ ഉപകരണങ്ങൾ ഘടിപ്പിക്കേണ്ടി വന്നിട്ടുള്ള രോഗികൾക്ക് സഹായകരമാകുന്നതിനായി "അഗ്നി" മിസൈലിനായി നിർമ്മിച്ചെടുത്ത ഘനം കുറഞ്ഞ "കാർബൺ-കാർബൺ" എന്ന വസ്തു ഉപയോഗിച്ച് ഇതേവിധം ഉപകരണങ്ങളും അദ്ദേഹം നിർമ്മിച്ചു. അതുവരേക്കും ലോഹനിർമ്മിതമായ ഉപകരണങ്ങൾ ശരീരത്തിൽ ഘടിപ്പിച്ച് നീങ്ങേണ്ടിവന്നിരുന്ന ഇക്കൂട്ടർക്ക് ഈ ഉപകരണത്തിന്റെ ഭാരക്കുറവ് വലിയൊരു ആശ്വാസമായിരുന്നു. "എന്റെ ജീവിതത്തിൽ ഏറ്റവും വലിയ അനുഗ്രഹങ്ങളിൽ ഒന്നാണിത്" എന്നായിരുന്നു ഈ കണ്ടുപിടിത്തത്തെക്കുറിച്ച് കലാം തന്നെ പറഞ്ഞത്.

2002 ജൂലായ് ഇരുപത്തിയഞ്ചാം തിയതി അബ്ദുൾ കലാം ഇന്ത്യയുടെ പതിനൊന്നാമത് രാഷ്ട്രപതിയായി സ്ഥാനമേറ്റു. രാഷ്ട്രപതി സ്ഥാനത്തേക്കുള്ള തിരഞ്ഞെടുപ്പിൽ ലക്ഷ്മി സൈഗാളായിരുന്നു എതിർ സ്ഥാനാർത്ഥി.

രാഷ്ട്രപതി എന്ന നിലയിലും അദ്ദേഹം ജനങ്ങളുടെ സ്നേഹാദരം പിടിച്ചുപറ്റി. ഇന്ത്യയിലെ ഏറ്റവും ജനകീയനായ രാഷ്ട്രപതി എന്നുപോലും അദ്ദേഹത്തെ വിശേഷിപ്പിക്കുന്നവരുണ്ട്. 2007 ജൂലായ് 25 വരെ അദ്ദേഹം രാഷ്ട്രപതിയായി തുടർന്നു. ഒരു രണ്ടാമൂഴം അദ്ദേഹത്തിന് ലഭിക്കുമെന്ന് പലരും പ്രതീക്ഷിച്ചിരുന്നുവെങ്കിലും അന്നത്തെ ചില രാഷ്ട്രീയ സാഹചര്യങ്ങൾ മൂലം അതില്ലാതെ പോയി.

രാഷ്ട്രപതി പദത്തിൽനിന്നും വിരമിച്ചശേഷവും അദ്ദേഹം പൊതു ജീവിതത്തിൽ നിറഞ്ഞ് നിന്നു. ഭാരതത്തിലെ വിവിധ ഐ ഐ എമ്മുകളിൽ (ഇന്ത്യൻ ഇൻസ്റ്റിറ്റ്യൂട്ട് ഓഫ് മാനേജ്മെന്റ്) വിസിറ്റിങ്ങ് പ്രൊഫസർ എന്ന നിലയിലും മറ്റനേകം ഉന്നതവിദ്യാഭ്യാസ സ്ഥാപനങ്ങളിലും പ്രഭാഷണങ്ങൾ നടത്തിക്കൊണ്ടിരുന്നു. യുവാക്കളോടൊപ്പം നിൽക്കുവാനും അവർക്ക് വേണ്ട മാർഗ്ഗനിർദ്ദേശങ്ങൾ നൽകുവാനും അദ്ദേഹം മുന്നിലുണ്ടായിരുന്നു.

2012 മെയ് മാസത്തിൽ "എനിക്കെന്ത് നൽകുവാനാകും" എന്ന ശീർഷകത്തിൽ അദ്ദേഹം ഒരു പ്രസ്ഥാനമാരംഭിച്ചു. യുവാക്കൾക്ക് വേണ്ടിയായിരുന്നു ഈ പ്രസ്ഥാനം. അഴിമതിയെ എതിർത്ത് തോല്പിക്കുക എന്നതായിരുന്നു പ്രസ്ഥാനത്തിന്റെ പ്രധാന ലക്ഷ്യം.

ഡോക്ടർ അബ്ദുൾ കലാമിനെ അന്വേഷിച്ചെത്തിയ അവാർഡുകളും അംഗീകാരങ്ങളും അനവധിയാണ്. 1981ലാണ് അദ്ദേഹത്തെ പദ്മ ഭൂഷൺ നൽകി ആദരിക്കുന്നത്. 1990-ൽ പദ്മവിഭൂഷൺ, 1997-ൽ ഭാരതരത്ന എന്നിവയും നൽകി രാഷ്ട്രം കലാമിനെ ആദരിക്കുകയുണ്ടായി. രാഷ്ട്രപതിയാകുന്നതിനുമുമ്പ് ഭാരതരത്ന ലഭിച്ച മൂന്നാമത്തെ മഹത്വ്യക്തിയാണ് കലാം. ഡോക്ടർ സർവേപ്പള്ളി രാധാകൃഷ്ണൻ, ഡോക്ടർ സക്കീർ ഹുസൈൻ എന്നിവരാണ് ഇതിനു മുമ്പ് രാഷ്ട്രപതിയാകുന്നതിനു മുമ്പ് ഭാരത രത്ന നേടിയിട്ടുള്ള മറ്റു രണ്ട് പേർ. ഡോക്ടർ അബ്ദുൾ കലാമിന് 1998 ൽ വീർ സവർക്കർ അവാർഡും 2000 ൽ രാമാനുജൻ അവാർഡും ലഭിച്ചിട്ടുണ്ട്. കലാമിനെ ഹോണററി ഡോക്ടറേറ്റ് നൽകി ആദരിച്ച സർവകലാശാലകളും പാഠശാലകളും വളരെയധികമാണ്. ഇവയിൽ മിക്കവയും വിദേശ സർവകലാശാലകളാണുതാനും. ശാസ്ത്രം, സാങ്കേതിക വിദ്യ, എഞ്ചിനീയറിങ്ങ്, നിയമം തുടങ്ങിയ വിഷയങ്ങളിലൊക്കെ അദ്ദേഹത്തിനിങ്ങനെ ഹോണററി ഡോക്ടറേറ്റ് ലഭിച്ചിട്ടുണ്ട്.

കലാം എഴുത്തുകാരനും കൂടിയായിരുന്നു. അദ്ദേഹത്തിന്റെ പുസ്തകങ്ങൾ വായനക്കാരുടെ കൂട്ടുകാരായി അറിയപ്പെടുന്നു. അറിവും ഉപദേശവും ലളിത ഭാഷയും ഒന്നിച്ച് ചേർന്ന് വായനക്കാർക്ക് വിഭവസമൃദ്ധമായ സദ്യയൊരുക്കുന്നു. ശാസ്ത്രവിഷയങ്ങളെക്കുറിച്ചും പൊതുവിഷയങ്ങളെക്കുറിച്ചുമെല്ലാം അദ്ദേഹം എഴുതിയിട്ടുണ്ട്. എഴുതിയ പുസ്തകങ്ങളെല്ലാം വായനക്കാർ ഇരുകൈകളും നീട്ടി സ്വീകരിച്ചിട്ടുമുണ്ട്. "വിങ്ങ്സ് ഓഫ് ഫയർ", "ഇഗ്നൈറ്റഡ് മൈൻഡ്സ്", "ഇന്ത്യ 2020", "ലൂമിനസ് സ്പാർക്സ്",

എന്നിവ പ്രത്യേകം പരാമർശിക്കപ്പെടേണ്ടിയിരിക്കുന്നു. ഇരുപതോളം പുസ്തകങ്ങൾ രചിച്ചിട്ടുണ്ട്.

വായനയും എഴുത്തും കഴിഞ്ഞാൽ കലാമിന്റെ ഇഷ്ടവിനോദം സംഗീതമായിരുന്നു. കർണാടക സംഗീതത്തിൽ അഭിരുചി ഉണ്ടായിരുന്ന കലാം, വീണ വായിക്കുന്നതിൽ പ്രാവീണ്യം നേടിയിട്ടുണ്ടായിരുന്നു.

തികഞ്ഞ സസ്യഭുക്കാണ് കലാം. തന്റെ ജീവിത സാഹചര്യങ്ങളാണ് തന്നെ സസ്യഭുക്കാക്കിയത് എന്ന് കലാം തന്നെ പറഞ്ഞിട്ടുണ്ട്. പിന്നീട് താൻ ഇത് ആസ്വദിക്കുവാൻ തുടങ്ങിയെന്നും അദ്ദേഹം പറയുന്നു. "എവിടെ ചെന്നാലും ചൂടുള്ള സസ്യാഹാരം ലഭിച്ചാൽ എനിക്ക് തൃപ്തിയാകും. ഏത് നാട്ടിലാണോ ആ നാട്ടിലെ ആഹാരം കഴിക്കുന്നു. ഗുജറാത്തിലാണെങ്കിൽ ഗുജറാത്തി, ഷില്ലോങ്ങിലാണെങ്കിൽ വടക്ക് കിഴക്കൻ" എന്നാണദ്ദേഹം തന്റെ ഭക്ഷണശീലത്തെക്കുറിച്ച് പറഞ്ഞിരിക്കുന്നത്. കലാമിന്റെ സസ്യാഹാരപ്രിയം കണ്ട് പല സുഹൃത്തുക്കളുമദ്ദേഹത്തെ കലാം അയ്യർ എന്ന് കളിയാക്കാറുണ്ടായിരുന്നു.

ജന്മംകൊണ്ട് തമിഴ് നാട്ടുകാരൻ. എന്നാൽ കർമ്മം കൊണ്ട് അദ്ദേഹം മലയാളിയായിരുന്നു. ഇരുപത് വർഷത്തിൽ പരം കാലം അദ്ദേഹം ചെലവഴിച്ചത് തുമ്പ റോക്കറ്റ് വിക്ഷേപണ കേന്ദ്രത്തിലായിരുന്നു. അക്കാലത്ത് തുമ്പ റോക്കറ്റ് വിക്ഷേപണ കേന്ദ്രത്തിൽ പ്രവർത്തിച്ചവർക്ക് മാത്രമല്ല, തുമ്പയിലെ സാധാരണക്കാർക്ക് പോലും സുപരിചിതനായിരുന്നു കലാം. കേരളത്തിന്റെ വികസന കാര്യങ്ങളിലും അദ്ദേഹം വാചാലനാകാറുണ്ടായിരുന്നു. ഒരിക്കൽ കേരളത്തിന്റെ വികസനത്തിനായി ഒരു പദ്ധതി അദ്ദേഹം കേരള നിയമസഭാ സാമാജികരുടെ മുന്നിൽ അവതരിപ്പിക്കുകയുമുണ്ടായി. കേരളത്തിന്റെ തനതായ വ്യക്തിത്വം കാത്തു സൂക്ഷിച്ചുകൊണ്ടുള്ള വികസനമായിരുന്നു ഈ പദ്ധതികൊണ്ട് അദ്ദേഹം ഉദ്ദേശിച്ചതും പ്രചരിപ്പിക്കുവാൻ ശ്രമിച്ചതും.

കലാമിന്റെ പ്രകൃതിസ്നേഹവും സഹജീവിസ്നേഹവും ഈ തലമുറ മാത്രമല്ല വരുംതലമുറകളും മാതൃകയാക്കേണ്ടതാണ്. ഒരിക്കൽ സുരക്ഷയ്ക്കായി ഡി ആർ ഡി ഒ യുടെ ചുറ്റുമതിലിൽ പൊട്ടിയ ചില്ലുകഷണങ്ങൾ പിടിപ്പിക്കുവാൻ ഒരു നിർദ്ദേശം വന്നു. ആരെങ്കിലും പെട്ടെന്ന് ചുറ്റുമതിൽ ചാടി അകത്തേക്ക് പ്രവേശിക്കാതിരിക്കുവാനാണിങ്ങനെ ഒരു നിർദ്ദേശം വന്നത്. കലാം ഇതിനെ ശക്തിയുക്തം എതിർത്തു. ചുറ്റുമതിലിൽ ചില്ലുകൾ വച്ച് പിടിപ്പിച്ചാൽ അതിൽ പിന്നെ പക്ഷികൾ വന്നിരിക്കില്ല എന്നതാണതിന്

അദ്ദേഹം കണ്ട കാരണം. സഹജീവികളെ കലാം എത്രകണ്ട് മാനിക്കുന്നു എന്ന് ഈ കഥ വ്യക്തമാക്കുന്നു.

കലാമിന് കുട്ടികളോടുള്ള സ്നേഹം വളരെ പ്രസിദ്ധമാണ്. കലാമിനെ രാഷ്ട്രപതി സ്ഥാനാർത്ഥിയായി പ്രഖ്യാപിച്ച് കഴിഞ്ഞയുടൻ അദ്ദേഹത്തെ നാനൂറോളം കുട്ടികൾ പഠിക്കുന്ന ഒരു സ്കൂളിലേക്ക് ക്ഷണിക്കുകയുണ്ടായി. കുട്ടികളുമായി സംസാരിക്കുന്നതിനിടയ്ക്ക് വൈദ്യുതിബന്ധത്തിൽ തകരാറ് സംഭവിച്ചു. കലാം, തന്റെ പ്രസംഗം നിറുത്തിവച്ചില്ല. അദ്ദേഹം കുട്ടികളുടെ ഇടയിലേക്ക് നടന്നു. എല്ലാവരോടും തന്റെ ചുറ്റിലും നിൽക്കുവാൻ ആവശ്യപ്പെട്ടു, പ്രസംഗം തുടർന്നു. മറ്റൊരിക്കൽ, രാഷ്ട്രപതിയായതിനുശേഷം, കുറച്ച് കുട്ടികൾ കലാമിനെ കാണുവാൻ അനുവാദം ചോദിച്ചു. ഈ കുട്ടികൾക്ക് അതിനുള്ള അനുവാദം നൽകുക മാത്രമല്ല കലാം ചെയ്തത്. അവരുടെ കൊച്ചുകൊച്ച് ആശയങ്ങൾ സംശയങ്ങൾ എല്ലാം അദ്ദേഹം സശ്രദ്ധം കേൾക്കുകയും അതിനൊക്കെ മറുപടി നൽകുകയും ചെയ്തു. ഇത് മാത്രമല്ല, ആരെങ്കിലും തനിക്ക് എന്തെങ്കിലും ഉപകാരം ചെയ്താൽ, അല്ലെങ്കിൽ എന്തെങ്കിലും ഉപഹാരം നൽകിയാൽ അതിനു നന്ദി പറഞ്ഞു കൊണ്ട് സ്വന്തം കൈപ്പടയിൽ ഒരു കുറിപ്പ് നൽകുവാൻ കലാം ഒരിക്കലും മറന്നിരുന്നില്ല. കലാമിന്റെ എളിമ കാണിക്കുന്ന മറ്റൊരു കഥ കൂടിയുണ്ട്. ഒരിക്കൽ ഒരു പൊതുയോഗത്തിൽ മുഖ്യാതിഥിയായി പങ്കെടുക്കുവാനെത്തിയ കലാം കണ്ടത് വേദിയിൽ മുഖ്യാതിഥിയുടെ കസേര മാത്രം മറ്റു കസേരകളിൽ നിന്നും വ്യത്യസ്തമാണെന്നത്. ഇത് കലാമിനിഷ്ടപ്പെട്ടില്ല. അദ്ദേഹം ആ കസേരയിൽ ഇരിക്കുവാൻ വിസ്സമ്മതിച്ചു. മറ്റുള്ളവരുടേതുപോലെയുള്ള കസേര പകരം നൽകിയിട്ടേ അദ്ദേഹം വേദിയിൽ ഇരുന്നുള്ളു. ഇതുപോലെ ഇനിയുമെത്രയോ കഥകൾ കലാമിന്റെ സ്നേഹത്തിന്റേയും ലാളിത്യത്തിന്റേയും എളിമയുടേയും ദൃഷ്ടാന്തങ്ങളായി നിറഞ്ഞ് നിൽക്കുന്നു.

2015 ജൂലായ് ഇരുപത്തിയേഴാം തിയതിയാണ് കലാം നമ്മെ വിട്ടുപിരിയുന്നത്. തികച്ചും അപ്രതീക്ഷിതമായിരുന്നു അദ്ദേഹത്തിന്റെ വേർപാട്. മരണം വന്നെത്തിയ നിമിഷംവരേയും കർമ്മനിരതനായ ഒരു യോഗിയായിരുന്നു കലാം.

2015 ജൂലായ് ഇരുപത്തിയേഴാം തിയതി കാലത്ത് പതിനൊന്ന് മണിക്ക് "ഞാൻ ഷില്ലോങ്ങിലേക്ക് പോകുന്നു" എന്ന് കലാം സന്തോഷപൂർവ്വം ട്വീറ്റ് ചെയ്തിരുന്നു. അവിടെ ഇന്ത്യൻ ഇൻസ്റ്റിറ്റ്യൂട്ട് ഓഫ് മാനേജ്മെന്റിൽ കുട്ടികളെ അഭിസംബോധന ചെയ്ത് പ്രസംഗിക്കേണ്ടതുണ്ടായിരുന്നു. കലാം എന്നെന്നും വിദ്യാർത്ഥികൾക്കൊപ്പം നിൽക്കുവാനും അവർക്ക് മാർഗ്ഗദർശിയാകുവാനും

ആഗ്രഹിച്ചു. വിദ്യാലയങ്ങൾ സന്ദർശിക്കുന്നതിനും അവിടത്തെ കുട്ടികളെ അഭിസംബോധന ചെയ്യുന്നതിനും കലാമിന് പ്രത്യേകാൽ താത്പര്യമുണ്ടായിരുന്നു.

എന്നാൽ, മുൻകൂട്ടി നിശ്ചയിച്ച ഈ കാര്യപരിപാടി നടന്നില്ല. പ്രസംഗം തുടങ്ങേണ്ടതിന്റെ അഞ്ചു മിനിട്ട് മുമ്പ് കലാം കുഴഞ്ഞ് വീണു. അദ്ദേഹത്തെ ഉടൻ അടുത്തുള്ള ബഥനി ആശുപത്രിയിലെത്തിച്ചു. പക്ഷേ അവിടെയെത്തുന്നതിനുമുമ്പേ അദ്ദേഹത്തിന്റെ ജീവൻ നഷ്ടപ്പെട്ടിരുന്നു.

കലാമിന്റെ മൃതദേഹം പിറ്റേന്ന് ഗോഹാട്ടി വഴി ദൽഹിയിലേക്ക് കൊണ്ടുവന്നു. പതിവുകളെല്ലാം തെറ്റിച്ച് അദ്ദേഹത്തിന്റെ മൃതദേഹവും കാത്ത് ഇന്ത്യയുടെ രാഷ്ട്രപതിയും പ്രധാനമന്ത്രിയും വിമാനത്താവളത്തിലെത്തി. വായു നാവിക കര സേനകളുടെ തലവന്മാരും ഇവർക്കൊപ്പമുണ്ടായിരുന്നു. അന്ന് അവിടെ പൊതു ദർശനത്തിനു വച്ചശേഷം ജൂലായ് ഇരുപത്തിയൊമ്പതാം തിയതി, കലാമിന്റെ വീട്ടുകാരുടെ ആഗ്രഹപ്രകാരം, മൃതദേഹം മധുര വഴി രാമേശ്വരത്തെത്തിച്ചു.

രാമേശ്വരത്തെ ലോകപ്രശസ്തമാക്കിയ ഈ സേതു തങ്ങളിൽ നിന്നും അകന്ന് പോയിരിക്കുന്നു എന്നറിഞ്ഞ രാമേശ്വരത്തുകാർ ഒന്നടക്കം കലാമിനെ അവസാനമായി ഒരു നോക്ക് കാണാനെത്തി.

2015 ജൂലായ് മുപ്പതാം തിയതി വലിയൊരു ജനാവലിയെ സാക്ഷി നിറുത്തി കലാമിന്റെ മൃതദേഹം പൂർണ്ണ ഔദ്യോഗിക ബഹുമതികളോടെ ഖബറടക്കി.

■

അബ്ദുൾ കലാം വചനങ്ങൾ

A candle loses nothing
by lighting another candle.

ഒരു മെഴുതിരിയിൽ നിന്ന് മറ്റൊന്നു
കത്തിച്ചാൽ മെഴുതിരിക്ക് യാതൊരു
നഷ്ടമൊന്നും ഉണ്ടാകുന്നില്ല.

A developed India by 2020, or even earlier,
is not a dream. It need not be a mere vision
in the minds of many Indians. It is a mission
we can all take up - and succeed.

രണ്ടായിരത്തി ഇരുപതോടെ,
ഒരുപക്ഷേ അതിനുംമുമ്പ്, വികസിതമായ
ഇന്ത്യ എന്നത് സ്വപ്നമല്ല. അനേകം
ഇന്ത്യക്കാരുടെ മനസ്സിലുള്ള വീക്ഷണമാണത്.
നമുക്കെല്ലാം ഏറ്റെടുത്ത് പ്രായോഗികമായി
വിജയിപ്പിക്കാവുന്ന ഒരു ലക്ഷ്യം.

A Fool can become a Genius when he understands he is a Fool but. A Genius can become a Fool when he understands he is a Genius.

താനൊരു വിഡ്ഢിയാണെന്നറിഞ്ഞാൽ വിഡ്ഢിക്കും ജ്ഞാനിയാകാം.
എന്നാൽ താനൊരു ജ്ഞാനിയാണെന്ന വിശ്വാസം ജ്ഞാനിയെ വിഡ്ഢിയാക്കുന്നു.

A teacher should have a creative mind.

അദ്ധ്യാപകർക്ക് ക്രിയാത്മകായ ഭാവന വേണം.

All Birds find shelter during a rain.
But Eagle avoids rain by flying above the
Clouds. Problems are common,
but attitude makes the difference!!!

മഴ പെയ്യുമ്പോൾ എല്ലാ പക്ഷികളും
താവളം തേടുന്നു. എന്നാൽ പരുന്ത്
മേഘങ്ങൾക്ക് മീതെപ്പറന്ന്
മഴയിൽനിന്നും രക്ഷ നേടുന്നു.
പ്രശ്നങ്ങൾ എല്ലാവർക്കും ഒന്നു തന്നെയാണ്,
എന്നാൽ അതിനെ എങ്ങനെ സമീപിക്കുന്നു
എന്ന വ്യത്യാസമാണ് പ്രധാനം.

All God's creatures are His family;
and he is the most beloved of God who tries
to do most good to God's creatures.

ദൈവസൃഷ്ടികളെല്ലാം ദൈവത്തിന്
സ്വന്തം. അപ്രകാരം ദൈവികസൃഷ്ടികളെ
സ്നേഹിക്കുന്നവൻ ദൈവത്തിന്
ഏറെ പ്രിയപ്പെട്ടവൻ.

അബ്ദുൾ കലാം വചനങ്ങൾ

All of us do not have equal talent.
But, all of us have an equal
opportunity to develop our talents.

നമ്മുടെ കഴിവുകൾക്ക് വ്യത്യാസമുണ്ട്. പക്ഷേ, കഴിവുകൾ വളർത്തിയെടുക്കാനുള്ള അവസരങ്ങൾ എല്ലാവർക്കും തുല്യമാണ്.

All wars signify the failure of conflict
resolution mechanisms, and they need post-
war rebuilding of faith, trust and confidence.

സംഘർഷം ഒഴിവാക്കുന്നതിനുള്ള വ്യവസ്ഥകളുടെ പരാജയമാണ് എല്ലാ യുദ്ധങ്ങളും. എന്നിട്ടോ യുദ്ധശേഷം, ധാരണ, വിശ്വാസ്യത, ആത്മവിശ്വാസം എന്നിവ പുനഃസൃഷ്ടിയും.

അബ്ദുൾ കലാം വചനങ്ങൾ

Almost half of the population of the world lives in rural regions and mostly in a state of poverty. Such inequalities in human development have been one of the primary reasons for unrest and, in some parts of the world, even violence.

ലോക ഗ്രാമീണ ജനതയുടെ പാതിയോളവും വസിക്കുന്നത് ദാരിദ്ര്യത്തിലാണ്. വികസന അനുപാതത്തിന്റെ ഇത്തരത്തിലുള്ള അസമത്വമാണ്, അസഹിഷ്ണുതയ്ക്കും അക്രമത്തിനും അടിസ്ഥാന കാരണമാകുന്നത്.

As a child of God, I am greater than anything that can happen to me.

ഈശ്വരന്റെ സന്തതിയെന്ന നിലയിൽ, എനിക്ക് സംഭവിക്കാവുന്ന എന്തിലും വലുത് ഞാൻ തന്നെയാണ്.

Away! Fond thoughts,
and vex my soul no more!

ഇഷ്ട ചിന്തകളേ നിങ്ങൾ
അകന്ന് നിൽക്കൂ.
എന്റെയാത്മാവിനെ ഇനിയും
ശല്യം ചെയ്യരുത്.

Be active! Take on responsibility!
Work for the things you believe in.
If you do not, you are surrendering
your fate to others.

കർമ്മനിരതരായിരിക്കുക!
ഉത്തരവാദിത്വമേറ്റെടുക്കുക!
നിങ്ങൾ എന്തിൽ വിശ്വസിക്കുന്നുവോ
അതിൽ പ്രവർത്തിക്കുക.
അങ്ങനെയല്ലെങ്കിൽ നിങ്ങൾ
നിങ്ങളുടെ വിധിയെ മറ്റുള്ളവർക്ക്
അടിയറ വയ്ക്കുകയാണ്.

അബ്ദുൾ കലാം വചനങ്ങൾ

Be more dedicated to making solid achievements than in running after swift but synthetic happiness.

ആത്മാർപ്പണമില്ലാത്ത ക്ഷണിക സന്തോഷത്തിനുപിറകെ പായുമ്പോൾ ഉന്നതനേട്ടങ്ങൾ നമുക്ക് നഷ്ടമാകുന്നു.

Behind the parents stands the school, and behind the teacher the home.

തങ്ങൾക്കുപിറകിൽ മാതാപിതാക്കൾക്ക് ഒരു സ്കൂളുണ്ട്. അധ്യാപകർക്ക് പിറകിൽ വീടും.

Building capacity dissolves differences. It irons out inequalities.

കഴിവുകൾ വർദ്ധിപ്പിക്കുമ്പോൾ വ്യത്യാസങ്ങൾ ഇല്ലാതാകുന്നു. അത് അസമത്വങ്ങളെ ഉരുക്കിക്കളയുന്നു.

Climbing to the top demands strength, whether it is to the top of Mount Everest or to the top of your career.

ഉയരങ്ങളിലേക്കു കയറണമെങ്കിൽ കരുത്തു വേണം. അത് എവറസ്റ്റ് കൊടുമുടിയിന്മേലേക്കാകട്ടെ, നിങ്ങളുടെ ഔദ്യോഗിക ജീവിതത്തിന്റെ ഏറ്റവും ഉന്നതങ്ങളിലേക്കാകട്ടെ.

അബ്ദുൾ കലാം വചനങ്ങൾ

Creativity is the key to success in the future, and primary education is where teachers can bring creativity in children at that level..

ഭാവിയിലെ വിജയത്തിന്റെ സൂത്രവാക്യം സർഗ്ഗശേഷിയാണ്, സർഗ്ഗശേഷിയുള്ള അധ്യാപകർ കുട്ടികളിലും സർഗ്ഗശേഷി വളർത്തും.

Developing nations want to become developed nations.

വികസ്വര രാഷ്ട്രങ്ങൾ വികസിത രാഷ്ട്രങ്ങളാകാൻ ആഗ്രഹിക്കണം.

Desire, when it stems from the heart and spirit, when it is pure and intense, possesses awesome electromagnetic energy. This energy is released into the ether each night, as the mind falls into the sleep state. Each morning it returns to the conscious state reinforced with the cosmic currents. That which has been imaged will surely and certainly be manifested. You can rely, young man, upon this ageless promise as surely as you can rely upon the eternally unbroken promise of sunrise... and of Spring.

ഹൃദയത്തിൽനിന്നും ആത്മാവിൽ നിന്നുമാണ് ആഗ്രഹം ഉരുത്തിരിയുന്നതെങ്കിൽ, അത് ശുദ്ധവും ഉത്കടവുമാണെങ്കിൽ അതിൽ അതിസുന്ദരമായ ഒരു വൈദ്യുത കാന്തശക്തിയുണ്ടാകുന്നു. ഓരോ രാത്രിയിലും, മനസ്സ് ഉറങ്ങിത്തുടങ്ങുമ്പോൾ ഈ ഊർജ്ജത്തെ മേഘലങ്ങൾക്കുമപ്പുറത്തുള്ള സൂക്ഷ്മാകാശത്തിലേക്ക് മോചിപ്പിക്കുന്നു. പ്രഭാതത്തിൽ നക്ഷത്രങ്ങൾക്കിടയിലെ ശൂന്യതയിലുള്ള വിദ്യുത്കാന്തിക തരംഗങ്ങളാൽ കൂടുതൽ കരുത്തുള്ളതായി അവ ഉണർന്നിരിക്കുന്ന മനസ്സിലേക്കു തിരികെയെത്തുന്നു. അപ്പോൾ എന്തു ചിന്തിച്ചിരുന്നുവോ അതു സംഭവ്യമാകുന്നു. പ്രിയ യുവാവേ, സൂര്യോദയ മുണ്ടാകും എന്നത്, വസന്തകാലമുണ്ടാകും എന്നത്, എത്ര സുനിശ്ചിതമാണോ അത്രതന്നെ സുനിശ്ചിതമാണിതും.

അബ്ദുൾ കലാം വചനങ്ങൾ

Difficulties in your life do not come
to destroy you, but to help you realize
your hidden potential and power,
let difficulties know that you too are difficult.

നിങ്ങളുടെ ജീവിതത്തിൽ വരുന്ന ബുദ്ധിമുട്ടുകളുടെ ലക്ഷ്യം നിങ്ങളെ തകർക്കുകയല്ല, നിങ്ങളിൽ ഉറങ്ങി ക്കിടക്കുന്ന കഴിവും ശക്തിയും എന്തെന്ന് നിങ്ങൾക്ക് കാണിച്ച് തരുകയാണ്. ബുദ്ധിമുട്ടുകൾക്ക് നിങ്ങൾ കാണിച്ചു കൊടുക്കുക, അത്ര വേഗം തകർക്കപ്പെടുവാൻ ബുദ്ധിമുട്ടുള്ള ഒരു വ്യക്തിയാണ് നിങ്ങളെന്ന്.

Do we not realize that self respect comes with self reliance?

സ്വയംപര്യാപ്തതയാലാണ് ആത്മാഭിമാനമുണ്ടാകുന്നത് എന്ന് നമ്മൾ തിരിച്ചറിയുന്നുണ്ടോ?

Don't read success stories,
you will only get a message. Read failure
stories, you will get some ideas to get success.

വിജയികളുടെ കഥ വായിക്കണ്ട.
അവ സന്ദേശം മാത്രമേ നൽകുന്നുള്ളു.
പരാജിതരുടെ കഥകൾ വായിക്കൂ,
വിജയിക്കുവാനുള്ള ചില ആശയങ്ങൾ
നിങ്ങൾക്ക് ലഭിക്കും.

Don't take rest after your first victory
because if you fail in second,
more lips are waiting to say that your first
victory was just luck..

ആദ്യവിജയത്തിനു ശേഷം വിശ്രമിക്കരുത്.
കാരണം രണ്ടാമത്തേതിൽ നിങ്ങൾ പരാജയ
പ്പെട്ടാൽ ആദ്യവിജയം യാദൃച്ഛികമായി
കൈവന്ന ഭാഗ്യമാണെന്ന് മുദ്ര കുത്തപ്പെടും.

അബ്ദുൾ കലാം വചനങ്ങൾ

Don't Crawl.. But Fly. Your potential is infinite. Just stay focussed and keep working.

ഇഴയരുത്...പറക്കുക. നിങ്ങളിലെ കഴിവുകൾ അനന്തമാണ്. ജോലി ചെയ്തുകൊണ്ടേയിരിക്കുക, പൂർണ്ണശ്രദ്ധയോടെ.

Dream is not that which you see while sleeping it is something that does not let you sleep.

ഉറങ്ങുമ്പോൾ കാണുന്നതല്ല സ്വപ്നം, നിങ്ങളെ ഉറങ്ങാൻ അനുവദിക്കാത്തതാണ് സ്വപ്നം.

അബ്ദുൾ കലാം വചനങ്ങൾ

Dream, dream, dream.
Dreams transform
into thoughts and thoughts
result in action.

സ്വപ്നം കണ്ടുകൊണ്ടേയിരിക്കൂ.
സ്വപ്നങ്ങൾ ചിന്തകളായി മാറും.
ചിന്തകൾ പ്രവർത്തികളുമാകും.

Economy forced me
to become a vegetarian,
but I finally starting liking it.

സമ്പദ്‌വ്യവസ്ഥയാണെന്നെ
സസ്യാഹാരിയാക്കിയത്.
പക്ഷേ, അവസാനം ഞാനത്
ഇഷ്ടപ്പെടുവാൻ തുടങ്ങി.

Each individual creature on this beautiful planet is created by God to fulfil a particular role. Whatever I have achieved in life is through His help and an expression of His will. He showered His grace on me through some outstanding teachers and colleagues and when I pay my tributes to these fine persons, I am merely praising His glory. We are all born with a divine fire in us.

ഈ ഗ്രഹത്തിലെ ദൈവികസൃഷ്ടിയായ ഓരോ ജീവിക്കും അതിന്റെ സ്വന്തം കർമ്മ മണ്ഡലങ്ങളുണ്ട്. ഞാൻ എന്റെ ജീവിതത്തിൽ നേടിയിട്ടുള്ളതെല്ലാം ഈശ്വരന്റെ സഹായ ത്തോടെയും അവന്റെ ഇച്ഛയ്ക്കനുസരിച്ചുമാണ്. അതിവിശിഷ്ടരായ ചില അദ്ധ്യാപകരിലൂടേയും സഹയാത്രികരിലൂടേയും അവൻ അവന്റെ ആശീർവ്വാദം എന്നിൽ ചൊരിഞ്ഞു. ഞാൻ അവരെ അനുസ്മരിക്കുമ്പോൾ അത് ഈശ്വരനെ പ്രാർത്ഥിക്കുകയല്ലാതെ മറ്റൊന്നുമല്ല. നമ്മളെല്ലാം ഉള്ളിൽ ദൈവികാഗ്നിയോടെ ജനിച്ചവരാണ്.

അബ്ദുൾ കലാം വചനങ്ങൾ

Educationists should build the capacities of the spirit of inquiry, creativity, entrepreneurial and moral leadership among students and become their role model.

വിദ്യാഭ്യാസപ്രവർത്തകൻ വിദ്യാർത്ഥികളിൽ അന്വേഷണത്വരയും സർഗ്ഗാത്മകതയും ക്രിയാശേഷിയും വളർത്തുന്നതിനോടൊപ്പം വിദ്യാർത്ഥികൾക്ക് സ്വാധീനവും മാതൃകയും ആകണം. അവരിൽ നേതൃശേഷി വളർത്തുകയും വേണം.

End is not the end, if fact END means "Effort Never Dies" - If you get No as an answer, remember NO means "Next Opportunity". So Let's be positive."

അവസാനം (END) എന്നാൽ അവസാനമെന്നല്ല അർത്ഥം. അവസാനം (END) എന്നാൽ പ്രയത്നം മരിക്കുന്നില്ല ("Effort Never Dies") എന്നാണർത്ഥം. അതുപോലെ "അല്ല" (No) എന്ന മറുപടിയുടെ അർത്ഥം "അടുത്ത അവസരം" ("Next Opportunity.") എന്നാണെന്ന് ഓർക്കുക. അതിനാൽ നമുക്ക് ശുഭാപ്തിവിശ്വാസമുള്ളവരാകാം.

അബ്ദുൾ കലാം വചനങ്ങൾ

English is necessary as at present original
works of science are in English. I believe
that in two decades times original works
of science will start coming out in our languages.
Then we can move over like the Japanese.

ഇംഗ്ലീഷ് നമുക്ക് ഇന്നും ആവശ്യമാണ്.
ശാസ്ത്രരംഗത്തെ എല്ലാ പുസ്തകങ്ങളുടേയും
മൂലം ഇന്നും ഇംഗ്ലീഷിലാണെന്നതുകൊണ്ടാണത്.
രണ്ടു ദശാബ്ദത്തിനുള്ളിൽ നമ്മുടെ ഭാഷയിലും
ശാസ്ത്ര മൂലഗ്രന്ഥങ്ങൾ വരുമെന്ന് ഞാൻ
പ്രത്യാശിക്കുന്നു. നമുക്കും ജപ്പാൻകാരെപ്പോലെ
ശാസ്ത്രത്തിന്റെ ഏത് മൂലഗ്രന്ഥങ്ങളും
നമ്മുടെതന്നെ മാതൃഭാഷയിൽ വായിക്കാൻ
കഴിയുമെന്ന് പ്രത്യാശിക്കാം,

Every nation has to follow a certain policy:
Commercial, trade, various other types of policies.

എല്ലാ രാഷ്ട്രങ്ങളും അടിയുറച്ച ചില നയങ്ങൾ
പിന്തുടരേണ്ടതുണ്ട് : വാണിജ്യനയം,
വ്യാപാരനയം എന്നിവപോലുള്ള പല നയങ്ങളും.

Everyone's life is a page in the human history irrespective of the position he or she holds or the work he or she performs.

ഒരാൾ ഏതു സ്ഥാനം വഹിക്കുന്നോ എന്തു ജോലി ചെയ്യുന്നോ എന്ന വ്യത്യാസമില്ലാതെ എല്ലാവരുടെയും ജീവിതം മാനുഷചരിത്രത്തിലെ ഓരോ താളുകളാണ്.

Excellence is a continuous process and not an accident.

ശ്രേഷ്ഠത എന്നത് പൊടുന്നനെ അവിചാരിതമായി സംഭവിക്കുന്നതല്ല, ഒരു തുടർച്ചയുടെ പ്രക്രിയയാണ്.

അബ്ദുൾ കലാം വചനങ്ങൾ

Failure will never overtake me
if my definition to succeed is strong enough.

വിജയിക്കുവാൻ ഞാനെടുത്തിട്ടുള്ള
തീരുമാനത്തിനു കരുത്തുണ്ടെങ്കിൽ പരാജയം
ഒരിക്കലും എന്നെ പിന്തള്ളുകയില്ല.

For 2,500 years,
India has never invaded anybody.

രണ്ടായിരത്തി അഞ്ഞൂറ് വർഷമായി
ഇന്ത്യ ആരേയും ആക്രമിച്ചിട്ടില്ല.

For great men, religion is a way of making friends; small people make religion a fighting tool.

മഹാന്മാർക്ക് മതം എന്നത് സൗഹൃദം സ്ഥാപിക്കുവാനുള്ള മാർഗ്ഗമാണ്; ചെറിയവരാണ് മതത്തെ വിദ്വേഷത്തിന്റെ ഉപകരണമാക്കുന്നത്.

For me, there are two types of people: the young and the experienced.

എന്നെ സംബന്ധിച്ചിടത്തോളം രണ്ടു തരം ജനങ്ങളാണുള്ളത്: ഊർജ്ജസ്വലരായ യുവത്വവും അനുഭവപാഠങ്ങളുടെ പരിചയസമ്പന്നരും.

അബ്ദുൾ കലാം വചനങ്ങൾ

For me, there is no such thing as a negative experience.

വിപരീതാനുഭവങ്ങളെ ഞാൻ ക്ഷണിച്ചു വരുത്തുകയില്ല.

Formula to be happy in life.. Enjoy the success of others.

മറ്റുള്ളവരുടെ വിജയത്തെ ശ്ലാഘിച്ചുകൊണ്ട് നമ്മുടെയുള്ളിലെ സന്തോഷത്തെ നിലനിറുത്തണം.

God, our Creator, has stored within our minds and personalities, great potential strength and ability. Prayer helps us tap and develop these powers.

സ്രഷ്ടാവായ ദൈവം നമ്മുടെയുള്ളിലും വ്യക്തിത്വത്തിലും നിപുണതയും മഹത്തായ കഴിവും കരുത്തും സൂക്ഷിച്ച് വച്ചിരിക്കുന്നു. ഈ ശക്തികളെ ഉപയോഗ പ്പെടുത്തുവാൻ പ്രാർത്ഥന നമ്മെ സഹായിക്കുന്നു.

Great dreams of great dreamers are always transcended.

വലിയ സ്വപ്നാടകരുടെ വലിയ സ്വപ്നങ്ങൾ എപ്പോഴും വിജയത്തിലെത്തിയിട്ടുണ്ട്.

അബ്ദുൾ കലാം വചനങ്ങൾ

How accurately can the law fix the crime?
There has to be a mechanism for very fast action.
The law is like this: catch them and punish them.

നിയമത്തിന് എത്ര വേഗത്തിൽ സൂക്ഷ്മമായും
ജാഗ്രതയോടെയും കുറ്റകൃത്യം തടയുവാനാകും?
പെട്ടെന്ന് നടപടിയെടുക്കുവാൻ സാധ്യമാക്കുന്ന
ഒരു നിയമവ്യവസ്ഥ വേണം. പിടിക്കുക,
ശിക്ഷിക്കുക എന്ന നിലയിലാകണം നിയമം.

I was willing to accept what I couldn't change

എനിക്ക് മാറ്റാനാകാത്തതിനെ
മാറ്റിയെടുക്കാൻ ഞാൻ തയ്യാറാവണം.

I will not be presumptuous enough to say that my life can be a role model for anybody; but some poor child living in an obscure place in an underprivileged social setting may find a little solace in the way my destiny has been shaped. It could perhaps help such children liberate themselves from the bondage of their illusory backwardness and hopelessness?

എന്റെ ജീവിതം ആർക്കെങ്കിലും ഒരു മാതൃകയാകും എന്ന് അനുമാനിക്കുവാൻ ഞാനാളല്ല; എന്നാൽ ഏതെങ്കിലും വിദൂര ഗ്രാമത്തിൽ, മെച്ചമല്ലാത്ത സാമൂഹികാവസ്ഥകളിൽ ജീവിക്കുന്ന ഒരു കുഞ്ഞ് ചിലപ്പോൾ എന്റെ വിധി രൂപപ്പെടുത്തിയ വിധം കണ്ട് അതിൽ ആശ്വാസമോ പ്രത്യാശയോ കണ്ടെത്തിയേക്കാം. അത്തരത്തിലുള്ള കുട്ടികൾക്ക് അവരെ ബന്ധിച്ചിരിക്കുന്ന,താൻ പിന്നോക്കക്കാരാണെന്ന മായാവിശ്വാസത്തിൽനിന്നും വിമോചിതരാകുവാൻ എന്റെ ജീവിതകഥ സഹായകരമായേക്കാം.

അബ്ദുൾ കലാം വചനങ്ങൾ

If a country is to be corruption free and become a nation of beautiful minds, I strongly feel there are three key societal members who can make a difference. They are the father, the mother and the teacher.

ഒരു രാജ്യം അഴിമതി മുക്തമാകണമെങ്കിൽ അത് സുന്ദരമനസ്സുകളുടെ രാഷ്ട്രമാകണമെങ്കിൽ അതിന് സഹായകരമാകാവുന്ന മൂന്ന് പ്രധാന സാമൂഹികാംഗങ്ങളുണ്ടെന്ന് ഞാൻ വിശ്വസിക്കുന്നു. അച്ഛൻ, അമ്മ, അദ്ധ്യാപകർ എന്നിവരാണവർ.

If we are not free, no one will respect us.

നമ്മൾ സ്വതന്ത്രരല്ലെങ്കിൽ ആരും നമ്മെ ബഹുമാനിക്കുകയില്ല.

If you are born with fame, it is an accident.
If you die with fame, it is an achievement.

പ്രശസ്തനായാണ് നിങ്ങൾ
ജനിക്കുന്നതെങ്കിൽ അതിലെവിടെയോ
യാദൃച്ഛികത കണക്കാക്കിയാൽ മതി.
എന്നാൽ പ്രശസ്തനായാണ് മരിക്കുന്നതെങ്കിൽ
അത് നിങ്ങളുടെ സ്വന്തം നേട്ടമാണ്.

If you fail, never give up because
FAIL means "First Attempt In Learning.

നിങ്ങൾ പരാജയപ്പെട്ടു എന്നാലും
അവസാനിപ്പിക്കരുത്, പരാജയം (FAIL)
എന്നാൽ പഠനത്തിന്റെ ആദ്യ ശ്രമം
(First Attempt In Learning) എന്നാകുന്നു അർത്ഥം

അബ്ദുൾ കലാം വചനങ്ങൾ

IF you Salute your work, You do not have to salute anybody. IF you pollute your work, You have to salute everybody.

നിങ്ങൾ നിങ്ങളുടെ ജോലിയെ
വണങ്ങുന്നുവെങ്കിൽ
പിന്നെ ആരേയും വണങ്ങേണ്ടതില്ല.
എന്നാൽ ജോലിയെ ദുഷിപ്പിക്കുന്നവനാണ്
നിങ്ങളെങ്കിൽ എല്ലാവരേയും വണങ്ങേണ്ടി വരും.

If you want to shine like a sun.
First burn like a sun.

സൂര്യനെപ്പോലെ തിളങ്ങണമെങ്കിൽ
ആദ്യം സൂര്യനെപ്പോലെ കത്തിയെരിയൂ.

അബ്ദുൾ കലാം വചനങ്ങൾ

I'm not a handsome guy, but I can give
my hand to someone who needs help.
Beauty is in the heart, not in the face.

ഞാനൊരു സുന്ദരനല്ല,
എന്നാൽ സഹായം വേണ്ട ഒരുവനുനേരെ
കൈ നീട്ടുവാൻ എനിക്കാകും.
സൗന്ദര്യം ഹൃദയത്തിലാണ് വേണ്ടത്, മുഖത്തല്ല.

In a democracy, the well-being,
individuality and happiness of every
citizen is important for the overall prosperity,
peace and happiness of the nation.

ജനാധിപത്യത്തിൽ, രാഷ്ട്രത്തിൽ സമാധാനവും
സന്തോഷവും ഉണ്ടാകണമെങ്കിൽ,
എല്ലാ പൗരന്മാരുടേയും ക്ഷേമവും, സന്തോഷവും,
വ്യക്തിത്വവും പ്രാധാന്യമുള്ളതാകുന്നു.

അബ്ദുൾ കലാം വചനങ്ങൾ

In case of my death don't do a
National Holiday but work a day extra.

എന്റെ മരണാനന്തരം ഒരു ദിവസത്തെ
ദേശീയ അവധി നൽകരുത്,
ഒരു ദിവസം അധികം ജോലി ചെയ്യുക.

In India we only read about death,
sickness, terrorism, crime.

ഇന്ത്യയിൽ നമ്മൾ മരണം, അസുഖം,
തീവ്രവാദം, കുറ്റകൃത്യം എന്നിവയെക്കുറിച്ച്
മാത്രമേ വായിക്കുന്നുള്ളു.

In this world, fear has no place.
Only strength respects strength.

ഭയപ്പെടരുത്! കരുത്തിനെ മാത്രമേ
കരുത്ത് ബഹുമാനിക്കുകയുള്ളു.

India can live without nuclear weapons.
That's our dream, and it should be
the dream of the U.S. also.

ആണവായുധങ്ങളില്ലാതെ ഇന്ത്യയ്ക്ക്
ജീവിക്കാനാകും. നമ്മുടെ സ്വപ്നമതാണ്.
ഐക്യ അമേരിക്കൻ നാടുകളുടേയും
സ്വപ്നം അതാകണം.

India has to be transformed into a
developed nation, a prosperous nation and
a healthy nation, with a value system.

രാജ്യത്തിന്റെ ഐശ്വര്യവും അഭിവൃദ്ധിയും മൂല്യവ്യവസ്ഥിതിയിൽ അധിഷ്ഠിതം. മൂല്യവ്യവസ്ഥയുള്ള, അഭിവൃദ്ധിയും ആരോഗ്യവുമുള്ള ഒരു വികസിത രാഷ്ട്രമാകണം ഇന്ത്യ.

India should walk on her own shadow - we must have our own development model.

മറ്റെന്തിന്റെയെങ്കിലും നിഴലായല്ല ഇന്ത്യ നടക്കേണ്ടത് സ്വന്തം നിഴലിലാണ്, നമ്മുടെ വികസന മാതൃക നമ്മൾ തന്നെയാകണം.

It Is Very Easy To Defeat Someone,
But It Is Very Hard To Win Someone.

ഒരുവന്റെ പരാജയം ഉറപ്പുവരുത്തുക
എളുപ്പമാണ്, എന്നാൽ ഒരുവന്റെമേൽ
വിജയം വരിക്കുന്നത് എളുപ്പമല്ല.

It means, people who are in high and
responsible positions,
if they go against righteousness,
righteousness itself will get transformed
into a destroyer.

ഉത്തരവാദിത്വമുള്ള, ഉന്നതസ്ഥാനങ്ങളിലുള്ള
ആളുകൾ ധാർമ്മിക ചിന്തക്കെതിരായാൽ,
ധാർമ്മിക ചിന്ത തന്നെ വിനാശകാരണമായി
രൂപാന്തരപ്പെടും. ഒരാളുടെ സത്യസന്ധതത്തന്നെ
കുറ്റകരമായി വ്യാഖ്യാനിക്കപ്പെടും.

Learning gives creativity.
Creativity leads to thinking.
Thinking provides knowledge.
Knowledge makes you great.

അറിവും മനനവും ക്രിയാത്മകത വളർത്തുന്നു.
സർഗ്ഗാത്മകത ചിന്തകൾക്ക് ഉറവിടമാകുന്നു.
ജ്ഞാനം നൽകുന്നു.
ജ്ഞാനം നിങ്ങളെ മഹാനാക്കുന്നു.

Let me define a leader. He must have vision and passion and not be afraid of any problem. Instead, he should know how to defeat it. Most importantly, he must work with integrity.

ഇപ്രകാരം ഞാൻ ഒരു നേതാവിനെ
നിർവചിക്കുന്നു. അദ്ദേഹത്തിന്
ദീർഘവീക്ഷണവും അഭിനിവേശവുമുണ്ടാകണം.
പ്രതിസന്ധികൾക്ക് മുന്നിൽ തളരരുത്.
പകരം പ്രതിസന്ധികളെ എങ്ങനെ
തോൽപിക്കുവാനാകും എന്നറിയണം.
ധർമ്മനീതിയോടെയാകണം അയാളുടെ
പ്രവർത്തനം എന്നതാകണം ഏറ്റവും പ്രധാനം.

Let not thy winged days be spent in vain.
When once gone no gold can buy them back again.

ചിറക് മുളച്ച നിങ്ങളുടെ ദിവസങ്ങൾ
പാഴാകാതിരിക്കട്ടെ. അവസരങ്ങൾ
വെറുതെ പാഴാക്കി കളഞ്ഞാൽ സ്വർണ്ണം
കൊടുത്തും അവയെ തിരികെ പിടിക്കുവാനാകില്ല.

Let us sacrifice our today so that
our children can have a better tomorrow.

നമ്മുടെ ഇന്നുകളെ നമുക്ക്
ബലി കൊടുത്താലും സാരമില്ല,
നമ്മുടെ കുട്ടികൾക്ക് ഒരു
നല്ല നാളെയുണ്ടാകുമെങ്കിൽ.

LIFE and TIME are the world's best teachers. LIFE teaches us to make good use of TIME and TIME teaches us the value of LIFE.

ലോകത്തിലെ ഏറ്റവും മികച്ച അദ്ധ്യാപകരാണ് ജീവിതവും സമയവും. ജീവിതം സമയം നല്ലതുപോലെ വിനിയോഗിക്കുന്നതെങ്ങനെ എന്ന് പഠിപ്പിക്കുന്നു. സമയം നമ്മെ ജീവിതത്തിന്റെ മൂല്യവും പഠിപ്പിക്കുന്നു

Life is a difficult game. You can win it only by retaining your birthright to be a person.

ജീവിതം വിഷമം പിടിച്ച ഒരു കളിയാണ്. ഒരു വ്യക്തിയെന്ന നിലയിൽ നിങ്ങളുടെ ജന്മാവകാശങ്ങൾ സംരക്ഷിച്ചാൽ മാത്രമേ അതിൽ വിജയിക്കുവാനാകുകയുള്ളു. നിലനിറുത്തിയെങ്കിൽ മാത്രമേ ഈ കളിയിൽ നിങ്ങൾ തോൽക്കാതിരിക്കുകയുള്ളൂ.

Look at the sky. We are not alone.
The whole universe is friendly to us
and conspires only to give the best to those
who dream and work.

ആകാശത്തേക്ക് നോക്കൂ.
നമ്മളാരും ഒറ്റപ്പെട്ടവരല്ല. പ്രപഞ്ചം മുഴുക്കെ
നമ്മോട് സൗഹൃദം പുലർത്തുന്നു.
സ്വപ്നം കാണുന്നവർക്കും കഠിനാദ്ധ്വാനികൾക്കും
ഏറ്റവും മികച്ചത് നല്കാനായി മാത്രം
പ്രകൃതി ഗൂഢമന്ത്രങ്ങൾ ചൊല്ലുന്നു.

Love your job but don't love your company,
because you may not know
when your company stops loving you.

നിങ്ങളുടെ ജോലിയെ സ്നേഹിക്കുക,
സ്ഥാപനത്തെയല്ല. കാരണം സ്ഥാപനം
എന്നാണ് നിങ്ങളെ സ്നേഹിക്കുന്നത്
മതിയാക്കുക എന്ന് അറിയില്ല.

അബ്ദുൾ കലാം വചനങ്ങൾ

Man needs his difficulties because they are necessary to enjoy success.

ബുദ്ധിമുട്ടുകൾ മനുഷ്യനാവശ്യമാണ്, കാരണം വിജയങ്ങൾ ആസ്വദിക്കുവാൻ അവ ആവശ്യമാണ്.

My hair grows and grows; you cannot stop it - that fellow grows, it grows wild.

എന്റെ മുടി വളർന്നുകൊണ്ടേയിരിക്കുന്നു. അത് നിങ്ങൾക്ക് തടയുവാനാകില്ല. അയാളെയും തടയാനാവില്ല. അയാളും വളരുകയാണ്.

My message, especially to young people
is to have courage to think differently,
courage to invent, to travel the unexplored path,
courage to discover the impossible and to
conquer the problems and succeed.
These are great qualities that they must
work towards.

യുവാക്കൾക്കായുള്ള എന്റെ സന്ദേശം.
വ്യത്യസ്തമായി ചിന്തിക്കുവാനുള്ള
കരുത്തുണ്ടാകണം, പുതിയത്
കണ്ടുപിടിക്കുവാനുള്ള കരുത്തുണ്ടാകണം,
കണ്ടറിഞ്ഞിട്ടില്ലാത്ത വഴികളിലൂടെ യാത്ര
ചെയ്യുവാൻ കരുത്തുണ്ടാകണം, അസാധ്യമായവ
കണ്ടെത്തുവാൻ കരുത്തുണ്ടാകണം,
പ്രശ്നങ്ങളെ പരാജയപ്പെടുത്തി
വിജയിക്കുവാനുള്ള കരുത്തുണ്ടാകണം.
ഈ മഹത്തായ ഗുണങ്ങളോടടുക്കുവാനാണ്
ഓരോ കാല്വെപ്പിലും നിങ്ങൾ
ശ്രമിച്ചുകൊണ്ടേയിരിക്കേണ്ടത്.

My view is that at a younger age
your optimism is more and you have
more imagination etc. You have less bias.

ചെറുപ്പക്കാരായ നിങ്ങൾക്ക് ശുഭാപ്തി
വിശ്വാസത്തോടെ മുന്നേറുവാൻ കഴിയുന്നു.
നിങ്ങൾക്ക് കൂടുതൽ ചിന്തിക്കുവാനാകുന്നു.
അതിനാൽ നിങ്ങൾക്ക് പക്ഷപാതം കുറവാകുന്നു
എന്നൊക്കെയാണ് എന്റെ വീക്ഷണം.

Nations consist of people.
And with their effort,
a nation can accomplish all it could ever want.

രാഷ്ട്രം എന്നാൽ ജനങ്ങളാൽ
ഉണ്ടാകുന്നതാണ്. ഒരു രാഷ്ട്രത്തിനെന്ത്
വേണമോ അവരുടെ പ്രയത്നം മൂലം
അതെല്ലാം നേടിയെടുക്കുവാനാകും.

No religion has mandated
killing others as a requirement for
its sustenance or promotion.

ഒരു മതവും അതിന്റെ നിലനിൽപിനോ
വളർച്ചയ്ക്കോ വേണ്ടി ആരേയും
കൊന്നുകൂട്ടാൻ ആവശ്യപ്പെട്ടിട്ടില്ല.

No sanction can stand against ignited minds.

ജ്വലിക്കുന്ന മനസ്സിനെ തടയിടുവാൻ
ഒരു പ്രതിബന്ധത്തിനുമാകില്ല.

അബ്ദുൾ കലാം വചനങ്ങൾ

Once your mind stretches to a
new level it never goes back to its original

നിങ്ങളുടെ മനസ്സ് ഒരിക്കൽ ഒരു
നവീനതലത്തിലേക്കെത്തിക്കഴിഞ്ഞാൽ
പിന്നെ അതിനൊരിക്കലും പണ്ടത്തെ
അവസ്ഥയിലേക്ക് തിരിച്ചുപോവുകയില്ല.

One Best Book is Equal To
Hundred Good Friends
But One Good Friend is Equal To A Library.

ഏറ്റവും നല്ല ഒരുപുസ്തകം നൂറ്
നല്ല സുഹൃത്തുക്കൾക്ക് തുല്യമാണ്.
ഒരു നല്ല സുഹൃത്ത്
ഒരു ലൈബ്രറിക്ക് തുല്യവും.

അബ്ദുൾ കലാം വചനങ്ങൾ

One lesson that every nation can
learn from China is to focus more on
creating village-level enterprises,
quality health services and educational facilities.

ഗ്രാമീണമേഖലയിൽ കൂടുതൽ അവസരങ്ങളുണ്ടാക്കുക, ഗുണമേന്മയുള്ള ആരോഗ്യ മേഖല സൃഷ്ടിക്കുക, നല്ല വിദ്യാഭ്യാസ സൗകര്യങ്ങൾ നിർമ്മിക്കുക എന്നിവയാണ് ചൈനയിൽ നിന്നും ഏതൊരു രാഷ്ട്രത്തിനും പഠിക്കാവുന്ന പാഠം.

One of the very important characteristics
of a student is to question.
Let the students ask questions.

ഒരു വിദ്യാർത്ഥിയുടെ പ്രധാന സ്വഭാവവിശേഷം ചോദ്യങ്ങൾ ചോദിക്കുക എന്നതാണ്. വിദ്യാർത്ഥികൾ ചോദ്യം ചോദിക്കട്ടെ.

അബ്ദുൾ കലാം വചനങ്ങൾ

One of the more difficult tasks for me as President was to decide on the issue of confirming capital punishment awarded by courts... to my surprise... almost all cases which were pending had a social and economic bias. This gave me an impression that we were punishing the person who was least involved in the enmity and who did not have a direct motive for committing the crime.

കോടതികൾ നൽകിയ വധശിക്ഷ ശരിവയ്ക്കുക എന്നതായിരുന്നു എനിക്ക് ഒരു രാഷ്ട്രപതി എന്ന നിലയിൽ കൂടുതൽ ബുദ്ധിമുട്ടുണ്ടാക്കിയ പ്രവൃത്തികളിൽ ഒന്ന്... ശേഷിച്ചിരുന്ന എല്ലാ കേസുകളിലും സാമ്പത്തികമായ അല്ലെങ്കിൽ സാമൂഹികമായ ഒരു പക്ഷപാതമുണ്ടായിരുന്നു എന്നത് എന്നെ അദ്ഭുതപ്പെടുത്തി. ശത്രുതയിൽ ഏറ്റവും കുറവ് ഉൾപ്പെടുകയും കുറ്റകൃത്യം നടത്തുന്നതിന് നേരിട്ട് പ്രോത്സാഹനം നൽകാതിരിക്കുകയും ചെയ്യുന്ന വ്യക്തിയേയാണോ നമ്മൾ ശിക്ഷിക്കുന്നത് എന്നൊരു ചിന്ത ഇതെന്നിലുണ്ടാക്കി.

Over the years, I had nurtured the hope to be able to fly; to handle a machine as it rose higher and higher in the stratosphere was my dearest dream.

വർഷങ്ങളായി പറക്കുവാനുള്ള മോഹവുമായി ഞാൻ ജീവിച്ചു; ഉയരങ്ങളിലേക്കു കുതിക്കുന്ന യന്ത്രങ്ങളെ അവ ബഹിരാകാശത്തെ ലക്ഷ്യമാക്കി നീങ്ങുമ്പോൾ അതിനെ ഭൂമിയിലിരുന്ന് നിയന്ത്രിക്കുവാനാകുക എന്നത് എന്റെ ഏറ്റവും പ്രിയപ്പെട്ട സ്വപ്നമായിരുന്നു.

Poetry comes from the highest happiness or the deepest sorrow.

ഏറ്റവും ഉന്നതമായ സന്തോഷം അല്ലെങ്കിൽ ഏറ്റവും ആഴമേറിയ ദുഃഖം എന്നിവയിൽ നിന്നാണ് കവിതയുണ്ടാകുന്നത്.

Science is a beautiful gift to humanity;
we should not distort it.

മാനവികതയ്ക്കു ലഭിച്ച സുന്ദരമായ
സമ്മാനമാണ് ശാസ്ത്രം;
അതിനെ നമ്മൾ വളച്ചൊടിക്കരുത്.

Some of the brightest minds
in the country can be found on the
last benches of the classroom.

ക്ലാസ് മുറിയുടെ അവസാന ബഞ്ചുകളിൽ
നിങ്ങൾക്ക് രാജ്യത്തിലെ ഏറ്റവും മികച്ച
മനസ്സുകൾ കാണാനായെന്നു വരും.

Suffering is the essence of success.

വിജയത്തിന്റെ കാതൽ കഷ്ടപ്പാടുകളാണ്.

Tell me, why is the media here so negative? Why are we in India so embarrassed to recognise our own strengths, our achievements? We are such a great nation. We have so many amazing success stories but we refuse to acknowledge them. Why?

മാധ്യമങ്ങൾക്ക് ഇത്ര വിപരീത ചിന്തയെന്തിനാണ്? എന്നോട് പറയൂ. നമ്മുടെ കരുത്തും നേട്ടങ്ങളും അംഗീകരിക്കുന്നതിൽ നമ്മൾ ഇന്ത്യക്കാർക്കിത്ര ജാള്യതയെന്തുകൊണ്ട്? നമ്മൾ ഒരു മഹത്തായ രാഷ്ട്രമാണ്. അദ്ഭുതകരങ്ങളായ വിജയങ്ങൾ നമുക്കനേകമുണ്ട്. എന്നാൽ അതംഗീകരിക്കുവാൻ നാം വിമുഖത കാണിക്കുന്നു. എന്തുകൊണ്ട്?

അബ്ദുൾ കലാം വചനങ്ങൾ

The bird is powered by its own life
and by its motivation.

ഒരു പക്ഷി അതിന്റെ
സ്വന്തം ജീവിതത്തിൽ നിന്നും
സ്വന്തം പ്രചോദനത്തിൽ നിന്നുമാണ്
കരുത്ത് നേടുന്നത്.

The Earth is the most powerful
and energetic planet.

ഏറ്റവും കരുത്തുള്ളതും
ഊർജ്ജസ്വലതയുള്ളതുമായ ഗ്രഹമാണ് ഭൂമി.

അബ്ദുൾ കലാം വചനങ്ങൾ

The government, whether state or central, is elected. That means we have a responsibility to elect the right kind of leaders.

സർക്കാർ, അത് കേന്ദ്രസർക്കാരാകട്ടെ, സംസ്ഥാന സർക്കാരാകട്ടെ, തിരഞ്ഞെടുക്കപ്പെട്ടതാണ്. നമുക്ക് ശരിയായ നേതാക്കന്മാരെ തിരഞ്ഞെടുക്കുവാനുള്ള ഉത്തരവാദിത്വമുണ്ട് എന്നാണതിന്റെ അർത്ഥം.

The only day in your life....
Your mother smiled when you cried...

നിങ്ങൾ കരഞ്ഞപ്പോൾ
നിങ്ങളുടെ അമ്മ ചിരിച്ച ഏക ദിനം.

The President's post should not be politicised. Once a president is elected, he is above politics.

ഒരു രാഷ്ട്രപതിയുടെ സ്ഥാനം രാഷ്ട്രീയവത്ക്കരിക്കരുത്.
ഒരിക്കൽ തിരഞ്ഞെടുത്താൽ അദ്ദേഹം രാഷ്ട്രീയത്തിനതീതനാണ്.

The wealth of information now available at the click of a finger amazes me.

ഇന്ന്, ഒന്നു വിരലൊന്നമർത്തിയാൽ ലഭ്യമാകുന്ന വിവരങ്ങൾ എന്നെ അദ്ഭുതപ്പെടുത്തുന്നുണ്ട്.

The world has today 546 nuclear plants generating electricity. Their experience is being continuously researched, and feedback should be provided to all. Nuclear scientists have to interact with the people of the nation, and academic institutions continuously update nuclear power generation technology and safety.

ലോകത്തിലിന്ന് വൈദ്യുതി ഉത്പാദിപ്പിക്കുന്ന 546 ആണവോർജ്ജശാലകളുണ്ട്. അവിടത്തെ അനുഭവങ്ങൾ തുടർച്ചയായി ഗവേഷണം ചെയ്യപ്പെട്ടുകൊണ്ടിരിക്കുന്നു. ഇതിന്റെ ഫലം എല്ലാവർക്കും ലഭ്യമാകണം. ആണവ ശാസ്ത്രജ്ഞന്മാർ രാഷ്ട്രത്തിലെ ജനതയുമായി സമ്പർക്കത്തിലാകണം, അക്കാദമിക സ്ഥാപനങ്ങൾ ആണവോർജ്ജ സാങ്കേതിക വിദ്യയും അവയുടെ സുരക്ഷയേയും കുറിച്ച് നിരന്തരം കാലികമായ അറിവ് പങ്കുവയ്ക്കണം.

അബ്ദുൾ കലാം വചനങ്ങൾ

The youth need to be enabled to become job generators from job seekers.

തൊഴിലന്വേഷകരിൽ നിന്നും തൊഴിൽ ദാതാക്കളാകുവാൻ യുവാക്കളെ പ്രാപ്തരാക്കണം.

There are forces in life working for you and against you. One must distinguish the beneficial forces from the malevolent ones and choose correctly between them.

നമുക്കുവേണ്ടി നിലകൊള്ളുന്ന ശക്തികളിൽ മാനവികതയ്ക്ക് എതിരായി പ്രവർത്തിക്കുന്ന ശക്തികളുണ്ട്. അതിൽ ദുഷ്ടവിചാരമുള്ള ശക്തികളേയും ഗുണകാംക്ഷികളായ ശക്തികളേയും തിരിച്ചറിയുകയും ശരിയായത് തിരഞ്ഞെടുക്കുകയും വേണം.

There has to be a global mission of human progress.

മാനുഷ പുരോഗതിക്കായി ഒരു ആഗോളദൗത്യമുണ്ടാകണം.

Thinking is progress. Non-thinking is stagnation of the individual, organisation and the country. Thinking leads to action. Knowledge without action is useless and irrelevant. Knowledge with action, converts adversity into prosperity.

ചിന്തിക്കുക എന്നാൽ പുരോഗതി പ്രാപിക്കുക എന്നാണ്. ചിന്തിക്കാതിരുന്നാൽ വ്യക്തി, സ്ഥാപനം, രാഷ്ട്രം, എല്ലാം ദുഷിപ്പിക്കപ്പെടും. ചിന്ത പ്രവൃത്തിയിലേക്ക് നയിക്കും. പ്രവൃത്തിയില്ലാതെ ജ്ഞാനം മാത്രമുണ്ടാകുന്നത് ഉപയോഗശൂന്യവും അപ്രസക്തവുമാണ്. പ്രവൃത്തിയും ജ്ഞാനവും ഒത്തുചേർന്നാൽ വിപരീതാവസ്ഥകൾപ്പോലും പുരോഗതിയിലേക്കു മാറ്റപ്പെടും.

അബ്ദുൾ കലാം വചനങ്ങൾ

Thinking is the capital,
Enterprise is the way,
Hard Work is the solution.

ചിന്തിക്കുക എന്നതാണ് മൂലധനം,
സംരംഭങ്ങൾ മാർഗ്ഗമാകുന്നു.
കഠിനാദ്ധ്വാനം പോംവഴിയും.

Thinking should become your capital asset,
no matter whatever ups and
downs you come across in your life.

ജീവിതത്തിൽ എന്ത് നിമ്നോന്നതികളുണ്ടാകട്ടെ,
നിങ്ങളുടെ മൂലധനം ചിന്തയായിരിക്കണം.

Those who cannot work with their hearts achieve but a hollow, half-hearted success that breeds bitterness all around.

ഹൃദയം തുറന്ന് പ്രവർത്തിക്കാത്തവർ
നേടുന്നത് ശൂന്യതയാകും,
അർദ്ധസംതൃപ്തി തരുന്ന വിജയങ്ങളാകും,
ചുറ്റിലും അവ കയ്പ്പ് നിറയ്ക്കും.

To succeed in your mission, you must have single-minded devotion to your goal.

നിങ്ങൾക്ക് നിങ്ങളുടെ ദൗത്യത്തിൽ
വിജയിക്കണമെങ്കിൽ മനസ്സ് ലക്ഷ്യത്തിൽ
ഏകാഗ്രമായിരിക്കണം.

Unless India stands up to the world,
no one will respect us. In this world,
fear has no place.
Only strength respects strength.

ഇന്ത്യ ലോകത്തിനു മുന്നിൽ എഴുന്നേറ്റു
നിന്നില്ലെങ്കിൽ ആരും നമ്മെ ബഹുമാനിക്കില്ല.
ഈ ലോകത്തിൽ ഭയത്തിനു യാതൊരു
സ്ഥാനവുമില്ല. കരുത്ത്, കരുത്തിനെ
മാത്രമേ ബഹുമാനിക്കുകയുള്ളു.

War is never a lasting solution for any problem.

യുദ്ധം യാതൊന്നിനും ഒരു ശാശ്വത പരിഹാരമല്ല.

അബ്ദുൾ കലാം വചനങ്ങൾ

We are all born with a divine fire in us.
Our efforts should be to give wings to this
fire and fill the world with the glow of its goodness.

നമ്മളെല്ലാം നമ്മുടെയുള്ളിൽ ദൈവികമായ
അഗ്നിയുമായി ജനിച്ചവരാണ്.
ഈ അഗ്നിക്കു ചിറകുകൾ നൽകി അവയുടെ
ഗുണം കൊണ്ട് ഈ ലോകത്തെ
ജ്വലിപ്പിക്കുവാനാകണം നമ്മുടെ പ്രയത്നം.

We have not invaded anyone.
We have not conquered anyone.
We have not grabbed their land,
their culture, their history and tried to
enforce our way of life on them.

നമ്മൾ ആരേയും ആക്രമിച്ചിട്ടില്ല.
നമ്മൾ ആരേയും കീഴ്പ്പെടുത്തിയിട്ടില്ല.
നമ്മൾ ആരുടേയും ഭൂമിയോ,
സംസ്കാരമോ ചരിത്രമോ പിടിച്ചു പറിച്ച്
അവരിൽ നമ്മുടെ ജീവിത രീതി
അടിച്ചേൽപ്പിക്കുവാൻ ശ്രമിച്ചിട്ടില്ല.

We must think and act like a nation of a billion people and not like that of a million people. Dream, dream, dream!

നൂറു കോടി ജനങ്ങളുടെ രാഷ്ട്രം പോലെ നമ്മൾ ചിന്തിക്കുകയും പ്രവർത്തിക്കുകയും വേണം അല്ലാതെ ദശലക്ഷം ജനങ്ങളുള്ള രാഷ്ട്രത്തെപ്പോലെയല്ല..... സ്വപ്നം കാണൂ, സ്്പനം കാണൂ, സ്വപ്നം കാണൂ.

We should not give up and we should not allow the problem to defeat us.

അടിയറവ് പറഞ്ഞ് പിന്തിരിയരുത്, പ്രശ്നത്തെ നമ്മെ പരാജയപ്പെടുത്തുവാൻ അനുവദിക്കരുത്. മനസ്സുറപ്പും ദാർഢ്യവും വേണം.

We will be remembered only if we give
to our younger generation a prosperous and
safe India, resulting out of economic prosperity
coupled with civilizational heritage.

നമ്മൾ നമ്മുടെ യുവതലമുറയ്ക്ക്
പുരോഗതിയുള്ളതും സുരക്ഷിതവുമായ
ഒരു ഇന്ത്യ നൽകിയാലേ നാം ഓർമിക്കപ്പെടുകയുള്ളു.
സാംസ്കാരിക പൈതൃകത്തിനോടൊപ്പം
സാമ്പത്തിക പുരോഗതിയാലാണിത് സംഭവിക്കേണ്ടത്.
സാമ്പത്തിക പുരോഗതി മാത്രം പോര.

What is politics? Political system is equal to development politics plus political politics.

രാഷ്ട്രീയം എന്നാൽ എന്താണ്?
രാഷ്ട്രീയ വ്യവസ്ഥ എന്നാൽ വികസന രാഷ്ട്രീയവും
രാഷ്ട്രീയത്തിന്റെ രാഷ്ട്രീയവും കൂട്ടിച്ചേർത്താൽ
എന്താണോ അതിനു തുല്യമാണ്.

What actions are most excellent?
To gladden the heart of a human being,
to feed the hungry, to help the afflicted to
lighten the sorrow of the sorrowful and
to remove the wrongs of injured.

ഏറ്റവും മികച്ച പ്രവൃത്തികൾ എന്താണ്?
ഒരു മനുഷ്യ ഹൃദയത്തെ സന്തോഷിപ്പിക്കുക,
വിശക്കുന്നവന് ഭക്ഷണം നൽകുക,
പീഡിതർക്ക് നേരെ സഹായഹസ്തം നീട്ടുക,
ദുഃഖിതരുടെ ദുഃഖഭാരം കുറയ്ക്കുക,
മുറിവേറ്റവരിലെ തെറ്റുകൾ മാറ്റുക.

When a nation is surrounded by weaponized
nations, she has to equip herself.

ഒരു രാഷ്ട്രത്തിനു ചുറ്റിലും
ആയുധധാരികളായ രാഷ്ട്രങ്ങളാണെങ്കിൽ,
അവൾക്ക് സ്വയം ആയുധം ധരിക്കേണ്ടി വരും.

When grand plans for scientific and defence technologies are made, do the people in power think about the sacrifices the people in the laboratories and fields have to make?

ശാസ്ത്രീയ, പ്രതിരോധ സാങ്കേതിക വിദ്യകൾക്കായുള്ള ബൃഹത് പദ്ധതികൾക്ക് രൂപം കൊടുക്കുമ്പോൾ, ലാബോറട്ടറികളിലും പ്രവർത്തന രംഗത്തുമുള്ള ജനങ്ങൾ നൽകുന്ന ത്യാഗങ്ങളെക്കുറിച്ച് അധികാരികൾ ചിന്തിക്കാറുണ്ടോ?

When learning is purposeful, creativity blossoms. When creativity blossoms, thinking emanates. When thinking emanates, knowledge is fully lit. When knowledge is lit, economy flourishes.

പഠനം ലക്ഷ്യമുള്ളതാകുമ്പോൾ സർഗ്ഗാത്മകത പുഷ്പിക്കുന്നു. സർഗ്ഗാത്മകത പുഷ്പിക്കുമ്പോൾ ചിന്ത പ്രസരിക്കുന്നു. ചിന്ത പ്രസരിക്കുമ്പോൾ ജ്ഞാനം പൂർണ്ണമായും ജ്വലിക്കുന്നു. ജ്ഞാനം ജ്വലിക്കുമ്പോൾ സമ്പദ്‌വ്യവസ്ഥ പുരോഗതി പ്രാപിക്കുന്നു.

When mother is happy, family is happy.
When family is happy, nation is happy.

അമ്മ സന്തോഷവതിയെങ്കിൽ കുടുംബം സന്തോഷമുള്ളതാകുന്നു,
കുടുംബം സന്തോഷമുള്ളതെങ്കിൽ
രാഷ്ട്രം സന്തോഷമുള്ളതാകുന്നു.

When we tackle obstacles, we find hidden reserves of courage and resilience we did not know we had. And it is only when we are faced with failure do we realise that these resources were always there within us. We only need to find them and move on with our lives.

നമ്മൾ പ്രശ്നങ്ങളെ അതിജീവിക്കുമ്പോൾ, നമ്മളിലുണ്ടെന്ന് നമ്മൾ കാണാതെ പോയ ധൈര്യത്തിന്റേയും മനോമാന്ദ്യത്തിൽ നിന്നും മുക്തിനേടുവാനുള്ള കരുത്തിന്റേയും സ്രോതസ്സ് നാം കണ്ടെത്തുന്നു. പരാജയത്തിന്നഭിമുഖമായി നിൽക്കുമ്പോൾ മാത്രമേ നമ്മിൽ ഈ സ്രോതസ്സുകൾ എന്നുമുണ്ടായിരുന്നു എന്ന് നാം തിരിച്ചറിയുകയുള്ളു. അത് നമ്മൾ കണ്ടെത്തേണ്ട താമസമേയുള്ളു നമ്മൾ നമ്മുടെ ജീവിതവുമായി മുന്നോട്ട് നീങ്ങുന്നു.

When you speak, speak the truth;
perform when you promise; discharge your trust.

സംസാരിക്കുമ്പോൾ സത്യം പറയുക.
വാഗ്ദാനം ചെയ്ത സമയത്ത് പ്രവർത്തിക്കുക,
നിങ്ങളിലുള്ള വിശ്വാസം നഷ്ടപ്പെടുത്താതിരിക്കുക.

While children are struggling to be unique,
the world around them is trying all means
to make them look like everybody else.

കുട്ടികൾ സമാനതയില്ലാത്തവരാകുവാൻ
അദ്ധ്വാനിക്കുമ്പോൾ ചുറ്റുമുള്ള അവരുടെ
ലോകം അവരെ മറ്റുള്ളവരെപ്പോലെയാക്കുവാൻ
എല്ലാ മാർഗ്ഗവും ഉപയോഗിക്കുന്നു.

Why are we, as a nation so obsessed with foreign things? Is it a legacy of our colonial years? We want foreign television sets. We want foreign shirts. We want foreign technology.
Why this obsession with everything imported?

ഒരു രാഷ്ട്രമെന്ന നിലയിൽ വിദേശ വസ്തുക്കളോട് നമുക്ക് ഇത്ര ഭ്രമമെന്തുകൊണ്ട്? ഇത് കോളനി വാഴ്ചയുടെ പിന്തുടർച്ചയാണോ? നമുക്ക് വിദേശ നിർമ്മിത ടെലിവിഷൻ സെറ്റ് വേണം, വിദേശ നിർമ്മിത ഷർട്ട് വേണം, വിദേശ സാങ്കേതിക വിദ്യവേണം. ഇറക്കുമതി ചെയ്യുന്ന വസ്തുക്കളോട് ഇത്ര ഭ്രമമെന്തുകൊണ്ട്?

Without your involvement you can't succeed. With your involvement you can't fail.

നിങ്ങൾ പൂർണ്ണാർപ്പണം ചെയ്യുന്നില്ലെങ്കിൽ നിങ്ങൾക്ക് വിജയിക്കുവാനാകില്ല. നിങ്ങൾ പൂർണ്ണാർപ്പണം ചെയ്യുന്നുവെങ്കിൽ നിങ്ങൾ പരാജയപ്പെടില്ല.

Work with integrity and succeed with integrity.

സ്വഭാവദാർഢ്യത്തോടെ പ്രവർത്തിക്കുക,
സ്വഭാവദാർഢ്യത്തോടെ വിജയിക്കുക.

Writing is my love. If you love something,
you find a lot of time. I write for two hours a day,
usually starting at midnight; at times, I start at 11.

എഴുതുക എന്നത് എനിക്കിഷ്ടമാണ്.
നിങ്ങൾക്കെന്തെങ്കിലും ഇഷ്ടമായാൽ
അത് ചെയ്യുവാൻ നിങ്ങൾ സമയം കണ്ടെത്തും.
ഒരു ദിവസം രണ്ട് മണിക്കൂർ ഞാൻ എഴുതുവാൻ
ചെലവിടുന്നു. അർദ്ധരാത്രിക്കാണത് തുടങ്ങുക.
ചിലപ്പാൾ ഞാൻ പതിനൊന്ന് മണിക്ക് തുടങ്ങും.

You cannot change your future.
But you can change your habits and surely
your habits will change your future.

നിങ്ങൾക്ക് നിങ്ങളുടെ ഭാവി മാറ്റുവാനാകില്ല.
എന്നാൽ സ്വഭാവരീതികൾ മാറ്റാം.
സ്വഭാവരീതികൾ തീർച്ചയായും നിങ്ങളുടെ
ഭാവി മാറ്റും.

You have to be unique yourself.

നിങ്ങൾ നിങ്ങളോട് സമാനതയില്ലാത്തവനാകണം.

You have to dream before
your dreams can come true.

സ്വപ്നം സാക്ഷാത്കരിക്കപ്പെടുന്നതിനു മുമ്പ്
നിങ്ങൾ സ്വപ്നം കാണണം.

You see, God helps only people who work hard.
That principle is very clear.

കഠിനാദ്ധ്വാനികളെ മാത്രമേ ദൈവം
സഹായിക്കുകയുള്ളു.
ഈ നയം വളരെ വ്യക്തമാണ്.

അബ്ദുൾ കലാം വചനങ്ങൾ

Black colour is sentimentaly bad.
But, every black board makes the
students life bright.

കറുപ്പ് നിറം വികാരപരമായി ചീത്തയാണ്.
എന്നാൽ, കറുത്ത ബോർഡുകൾ
(എഴുത്തുബോർഡുകൾ) വിദ്യാർത്ഥികളുടെ
ജീവിതം തേജോമയമാക്കുന്നു.

Withhold your hands from striking,
and from taking that which is unlawful and bad...

അടികൊടുക്കാതെ കൈകൾ ദൂരം പാലിക്കട്ടെ,
നിയമവിരുദ്ധവും അന്യായവുമായ
അടി ലഭിക്കാത്ത കൈയകലത്തിലുമാകട്ടെ നിങ്ങൾ.

പ്രസംഗങ്ങൾ

അബ്ദുൾ കലാം ഇന്ത്യൻ ഇൻസ്റ്റിറ്റ്യൂട്ട് ഓഫ് ടെക്നോളജി, ഹൈദ്രാബാദിൽ വച്ച് ചെയ്ത പ്രസംഗം

ഇന്ത്യയെക്കുറിച്ച് എനിക്ക് മൂന്ന് സ്വപ്നങ്ങളുണ്ട്.

3000 വർഷത്തെ നമ്മുടെ ചരിത്രമെടുത്താൽ ലോകമെമ്പാടും നിന്നുള്ള അനേകം പേർ നമ്മെ ആക്രമിച്ചിരിക്കുന്നുവെന്നും, നമ്മുടെ ഭൂമി പിടിച്ചെടുത്തിരുന്നുവെന്നും, നമ്മുടെ മനസ്സിനെ കീഴടക്കിയിരുന്നുവെന്നും കാണാനാകും. അലക്സാണ്ടറിൽ നിന്നും തുടങ്ങി, ഗ്രീക്കുകാരും, തുർക്കികളും, മുഗൾ വംശജരും, പോർച്ചുഗീസുകാരും, ബ്രിട്ടീഷുകാരും, ഫ്രാൻസുകാരും, ഡച്ചുകാരുമെല്ലാം വന്ന് നമ്മെ കൊള്ളയടിച്ച് പോയി. നമ്മുടേതെല്ലാം അവർ പിടിച്ച് പറിച്ചു. എന്നാൽ നമ്മൾ ഇങ്ങനെയൊരു പ്രവൃത്തി മറ്റൊരു രാഷ്ട്രത്തിനോടും ചെയ്തിട്ടില്ല. നമ്മൾ ആരേയും ആക്രമിച്ചിട്ടില്ല. നമ്മൾ ആരുടേയും ഭൂമിയോ, സംസ്കാരമോ, ചരിത്രമോ പിടിച്ചെടുത്തിട്ടില്ല. നമ്മൾ നമ്മുടെ ജീവിത രീതി അവരുടെ മേൽ അടിച്ചേല്പിക്കുവാൻ ശ്രമിച്ചിട്ടില്ല. എന്തുകൊണ്ട്? കാരണമുണ്ട്, നമ്മൾ മറ്റുള്ളവരുടെ സ്വാതന്ത്ര്യത്തെ ബഹുമാനിക്കുന്നു എന്നതാണ് ആ കാരണം.

എന്റെ ആദ്യ സ്വപ്നദർശനം സ്വാതന്ത്ര്യമാണ്. ഇന്ത്യക്ക് ഇതിന്റെ ആദ്യ ദർശനം ലഭിച്ചത് 1857ലാണെന്ന് ഞാൻ വിശ്വസിക്കുന്നു. അന്നാണ് നമ്മൾ സ്വാതന്ത്ര്യ സമരം ആരംഭിച്ചത്. ഈ സ്വാതന്ത്ര്യമാണ് നമ്മൾ സംരക്ഷിക്കേണ്ടതും, പരിപോഷിപ്പിക്കേണ്ടതും, അതിന്മേലാണ് നമ്മൾ സർവ്വതും കെട്ടിപ്പടുക്കേണ്ടതും. നമ്മൾ സ്വതന്ത്രരല്ലെങ്കിൽ നമ്മെ ആരും ബഹുമാനിക്കുകയില്ല.

എന്റെ രണ്ടാമത്തെ സ്വപ്നദർശനം വികസനമാണ്. അമ്പത് വർഷമായി നമ്മൾ വികസ്വര രാഷ്ട്രമാണ്. നാം ഒരു വികസിത രാഷ്ട്രമാകേണ്ട സമയമായിരിക്കുന്നു. ജി ഡി പി എടുത്താൽ ലോകത്തിലെ ഏറ്റവും മികച്ച അഞ്ച് രാഷ്ട്രങ്ങളിൽ ഒന്നാണ് നമ്മൾ. മിക്കവാറും മേഖലകളിൽ നമുക്ക് പത്ത് ശതമാനം വളർച്ചയുണ്ട്. നമ്മുടെ ദാരിദ്ര്യനില കുറഞ്ഞ് വരുന്നുണ്ട്. നമ്മുടെ നേട്ടങ്ങൾ ഇന്ന് ആഗോളതലത്തിൽ ശ്രദ്ധിക്കപ്പെടുന്നുണ്ട്. എന്നാലും ഇന്നും

ഒരു വികസിത രാഷ്ട്രം എന്ന നിലയിൽ നമ്മെ കാണുവാനുള്ള ആത്മ വിശ്വാസം നമുക്കില്ല. സ്വയം പര്യാപ്തതയുള്ള, സ്വയം ആശ്വാസമേകുന്ന ഒരു വികസിത രാഷ്ട്രം. ഞാനീപറഞ്ഞത് ശരിയെന്ന് തോന്നുന്നില്ലേ?

ഇനി മൂന്നാമത് ഒരു സ്വപ്നദർശനം കൂടിയുണ്ടെനിക്ക്. ഇന്ത്യ ലോക ത്തിന്റെ നെറുകയിൽ നിൽക്കണം. കാരണമുണ്ട്. ഇന്ത്യ ലോകത്തിനോ ടൊപ്പം നിന്നില്ലെങ്കിൽ ആരും നമ്മെ ബഹുമാനിക്കുകയില്ല. കരുത്ത് മാത്രമേ കരുത്തിനെ ബഹുമാനിക്കുകയുള്ളു. ഒരു സായുധ ശക്തി എന്ന നിലയിൽ മാത്രമല്ല നമ്മൾ കരുത്തരാകേണ്ടത്, സാമ്പത്തിക ശക്തി എന്ന നിലയിലും നാം കരുത്തരാകണം. ഇത് രണ്ടും തോളോട് തോൾ ചേർന്ന് എന്നും പോകേണ്ടതാണ്. മൂന്ന് വലിയ മനസ്സുകളോടൊപ്പം പ്രവർത്തിക്കുവാനായി എന്നതാണെന്റെ വലിയ സൗഭാഗ്യം. ബഹിരാകാശവകുപ്പിലെ ഡോക്ടർ വിക്രം സാരാഭായി, അദ്ദേഹത്തെ പിന്തുടർന്ന് വന്ന ഡോക്ടർ സതീഷ് ധവാൻ, ആണവോർജ്ജ പദ്ധതിയുടെ പിതാവായ ഡോക്ടർ ബ്രഹ്മം പ്രകാശ് എന്നിവ രാണവർ. ഈ മൂന്ന് പേരോടൊത്തും അടുത്ത് പ്രവർത്തിക്കുവാനായി എ ന്നത് എന്റെ വലിയ ഭാഗ്യമായി ഞാൻ കരുതുന്നു. അത് എന്റെ ജീവിത ത്തിലെ വലിയ അവസരങ്ങളായിരുന്നു. എന്റെ ജീവിതത്തിൽ നാല് നാഴിക ക്കല്ലുകളുണ്ടായിട്ടുണ്ട്. ഇരുപത് വർഷം ഞാൻ ISRO യിൽ ചെലവഴിച്ചു. ഇന്ത്യയുടെ ആദ്യ റോക്കറ്റ് വിക്ഷേപണ വാഹനമായ SLV3 ന്റെ പ്രോജക്ട് ഡയറക്ടറാകുവാൻ എനിക്ക് ഭാഗ്യമുണ്ടായി. ഈ വാഹനമാണ് രോഹിണി എന്ന ഉപഗ്രഹം ഭ്രമണ പഥത്തിലെത്തിച്ചത്. ഒരു ശാസ്ത്രജ്ഞൻ എന്ന നിലയിൽ ഈ വർഷങ്ങൾ എന്റെ ജീവിതത്തിൽ വലിയ പ്രാധാന്യമുള്ള ഭാഗം വഹിച്ചിട്ടുണ്ട്. ISRO യിലെ എന്റെ ഈ കാലഘട്ടത്തിനു ശേഷം ഞാൻ DRDO യിൽ ചേർന്നു. അവിടെ ഞാൻ ഇന്ത്യയുടെ മിസൈൽ പദ്ധതിയുടെ ഭാഗമായി. 1994 ൽ അഗ്നി അതിന്റെ ലക്ഷ്യം കണ്ടത് എന്റെ രണ്ടാമത്തെ അനുഗ്രഹമായി.

ആണവോർജ്ജ പരീക്ഷണങ്ങളിൽ ആണവോർജ്ജ വകുപ്പും DRDOയും മഹത്തായ പങ്കാളിത്തം വഹിച്ചിട്ടുണ്ട്. മെയ് 11, മെയ് 13 തിയതികൾ എടുത്ത് പറയണം. ഇത് എന്റെ മൂന്നാമത്തെ അനുഗ്രഹമായിരുന്നു. എന്റെ സംഘാംഗ ങ്ങളോടൊപ്പം ഈ ആണവ പരീക്ഷണങ്ങളിൽ പങ്കെടുത്ത് ലോകത്തിന് ഇന്ത്യക്കിത് ചെയ്യുവാനാകും എന്ന് കാണിച്ചുകൊടുക്കുകയും അതുവഴി, ഇന്ത്യ ഇനിയും ഒരു വികസ്വര രാഷ്ട്രമല്ല, വികസിത രാഷ്ട്രങ്ങൾക്കൊപ്പം നിൽക്കുന്ന രാഷ്ട്രമാണെന്ന് കാണിക്കുകയും ചെയ്തതിന്റെ സന്തോഷം എന്നെ അഭിമാനം തുളുമ്പുന്ന ഇന്ത്യക്കാരനാക്കി. നമ്മളിപ്പോൾ അഗ്നി മിസൈൽ നിർമ്മിക്കുന്നതിനായി ഒരു പുതിയ വസ്തു തന്നെ കണ്ടെത്തി യിരിക്കുന്നു. അഗ്നിയുടെ പുനഃപ്രവേശം സാദ്ധ്യമാക്കുവാനായാണിത് നമ്മൾ വികസിപ്പിച്ചത്. വളരെ ഘനം കുറഞ്ഞ ഈ വസ്തുവിന്റെ പേര് കാർബൺ-കാർബൺ എന്നാണ്. ഒരു ദിവസം നിസാം ഇൻസ്റ്റിട്യൂട്ട് ഓഫ്

മെഡിക്കൽ സയൻസിൽ നിന്നും ഒരു ഓർത്തോപീഡിക് സർജൻ എന്റെ പരീക്ഷണശാലയിലെത്തി. അദ്ദേഹം ഈ വസ്തു കൈയിലെടുത്ത് നോക്കി, അതിന്റെ ഘനക്കുറവിൽ ആശ്ചര്യം പൂണ്ടു. അദ്ദേഹം എന്നെ അദ്ദേഹത്തിന്റെ ആശുപത്രിയിലേക്ക് കൊണ്ടുപോയി. അവിടെയുണ്ടായിരുന്ന അദ്ദേഹത്തിന്റെ രോഗികളെ കാണിച്ചു തന്നു. ഘനമേറിയ ലോഹനിർമ്മിതമായ ഉപകരണങ്ങൾ അവരുടെ ശരീരത്തിൽ ഘടിപ്പിച്ചിരിക്കുന്നു. മൂന്ന് കിലോയോളം ഭാരമുണ്ടവയ്ക്ക്. ചെറിയ ആൺകുട്ടികളും പെൺകുട്ടികളുമുണ്ടവരിൽ. അവർ ഈ ഉപകരണം വലിച്ചുവലിച്ച് നടക്കുകയായിരുന്നു.

എന്റെ രോഗികളിൽ നിന്നും ഈ വേദനയകറ്റൂ, എന്ന് അദ്ദേഹം എന്നോട് പറഞ്ഞു. മൂന്ന് ആഴ്ചകൾക്കുള്ളിൽ ഞങ്ങൾ 300 ഗ്രാം മാത്രം ഭാരമുള്ള ഉപകരണങ്ങളുണ്ടാക്കി. അവയെ ആശുപത്രിയിലെത്തിച്ചു. ആ കുട്ടികൾക്ക് വിശ്വാസം വന്നില്ല. കാലിൽ മൂന്ന് കിലോ ഭാരം കെട്ടിവലിച്ച് നടന്നിരുന്നവരാണവർ. അവർക്കിപ്പോൾ ഭാരമില്ലാത്ത കാലുകളുമായി നടക്കാനാകുന്നു. അവരുടെ മാതാപിതാക്കളുടെ കണ്ണുനിറഞ്ഞു. അത് എന്റെ നാലാമത്തെ അനുഗ്രഹമാകുന്നു!

ഇന്ത്യയിലെ മാധ്യമ രംഗം ഇത്ര വിപരീതമായി പ്രവർത്തിക്കുന്നതെന്തുകൊണ്ട്? നമ്മൾ ഇന്ത്യക്കാർക്ക് നമ്മുടെ സ്വന്തം കരുത്ത് അംഗീകരിക്കുന്നതിൽ ഇത്രയ്ക്ക് ജാള്യതയെന്തുകൊണ്ട്? നമ്മുടെ നേട്ടങ്ങൾ അംഗീകരിക്കുന്നതിൽ ഇത്രയ്ക്ക് ജാള്യതയെന്തുകൊണ്ട്? നമ്മൾ വളരെ മഹത്തായ ഒരു രാഷ്ട്രമാണ്. ആശ്ചര്യജനകമായ വലിയ വിജയങ്ങൾ നമുക്കുണ്ടായിട്ടുണ്ട്. എന്നാൽ അവ അംഗീകരിക്കുന്നതിന് നമ്മൾ വിസമ്മതിക്കുന്നു.എന്തുകൊണ്ട്?

- പാലുത്പാദനത്തിൽ ഏറ്റവും മുന്നിൽ നമ്മളാണ്.
- റിമോട്ട് സെൻസിങ്ങ് ഉപഗ്രഹങ്ങളിൽ നമ്മൾ ഒന്നാം സ്ഥാനത്താണ്.
- ലോകത്തിൽ ഗോതമ്പുത്പാദിക്കുന്നവരിൽ നമ്മളാണ് രണ്ടാം സ്ഥാനത്ത്.
- ലോകത്തിൽ അരി ഉത്പാദിപ്പിക്കുന്നവരിൽ നമ്മളാണ് രണ്ടാം സ്ഥാനത്ത്.

ഡോക്ടർ സുദർശനെ നോക്കൂ, ഒരു കുഗ്രാമത്തെ അദ്ദേഹം സ്വയം പര്യാപ്തമാക്കിയിരിക്കുന്നു. സ്വയം ചലനാത്മകമാക്കിയിരിക്കുന്നു. ഇതുപോലുള്ള ദശലക്ഷക്കണക്കിന് നേട്ടങ്ങൾ നമ്മുടേതായിട്ടുണ്ട്. എന്നാൽ നമ്മുടെ മാധ്യമങ്ങൾ അവരെ സ്വയം ചീത്ത വാർത്തകളിലും പരാജയങ്ങളിലും വലിയ അത്യാഹിതങ്ങളിലും തളച്ചിടുന്നു.

ഞാനൊരിക്കൽ ടെൽ അവീവിൽ വച്ച് ഒരു ഇസ്രയേലി ദിനപത്രം വായിക്കുകയായിരുന്നു അതിന്റെ തലേദിവസം വളരെയധികം ആക്രമണങ്ങളും, ബോംബ് വർഷിക്കലും, മരണവും എല്ലാം സംഭവിച്ചിട്ടുണ്ടവിടെ.

ഹമാസിന്റെ ആക്രമണമുണ്ടായിട്ടുണ്ട്. എന്നാൽ ആ ദിനപത്രത്തിന്റെ ആദ്യ താളിലുണ്ടായിരുന്നത് അഞ്ച് വർഷം കൊണ്ട് ഒരു മരുഭൂമി മുന്തിരിത്തോപ്പാക്കിയ ഒരു ജൂതന്റെ പടമായിരുന്നു.

പ്രചോദനകരമായ ഈ ചിത്രം കണ്ടുകൊണ്ടാണെല്ലാവരും ഉറക്കമുണരുന്നത്. ബോംബുവർഷിച്ചതിന്റെയും, പലരേയും കൊലപ്പെടുത്തിയതിന്റെയുമെല്ലാം നടുക്കുന്ന വാർത്തകൾ ഉൾപേജുകളിലായിരുന്നു. അവ മറ്റു വാർത്തകൾക്കിടയിലായിരുന്നു. എന്നാൽ ഇന്ത്യയിൽ നമ്മൾ മരണം, രോഗം, തീവ്രവാദം, കുറ്റകൃത്യം എന്നിവയെക്കുറിച്ച് മാത്രം വായിക്കുന്നു. നമ്മൾ ഇത്ര വിപരീത ചിന്തയുള്ളവരായത് എന്തുകൊണ്ട്?

ഇനി മറ്റൊരു ചോദ്യം: ഒരു രാഷ്ട്രം എന്ന നിലയിൽ നമുക്ക് വിദേശ വസ്തുക്കളോട് ഇത്ര മതിപ്പെന്തുകൊണ്ടാണ്? നമുക്ക് വിദേശ നിർമ്മിത ടെലിവിഷൻ വേണം, വിദേശ നിർമ്മിത ഷർട്ടുകൾ വേണം, വിദേശ സാങ്കേതിക വിദ്യവേണം. ഇറക്കുമതി ചെയ്യപ്പെടുന്ന എല്ലാതിനോടും ഇത്ര ഭ്രമം എന്തുകൊണ്ട്? സ്വയം പര്യാപ്തത വഴി മാത്രമേ ആത്മാഭിമാനം വരികയുള്ളു എന്ന് നമ്മൾ മനസ്സിലാക്കുന്നില്ലേ? ഞാൻ ഹൈദ്രാബാദിൽ ഒരിക്കൽ ഒരു ലക്ചർ കൊടുത്തുകൊണ്ടിരിക്കുന്നതിനിടയ്ക്ക് ഒരു പതിന്നാലുകാരി ഓട്ടോഗ്രാഫിനായി എത്തി. ഞാനവളോട് ജീവിത ലക്ഷ്യം എന്താണെന്ന് ചോദിച്ചു. ഒരു വികസിത ഇന്ത്യയിൽ ജീവിക്കണം എന്നാണെന്ന് അവൾ മറുപടി പറഞ്ഞു. അവൾക്കായി ഞാനും നിങ്ങളും കൂടി ആ വികസിത ഇന്ത്യ നിർമ്മിക്കണം. ഇന്ത്യ ഒരു അവികസിത രാഷ്ട്രമല്ലെന്നും വികസിത രാഷ്ട്രമാണെന്നും നമ്മൾ പ്രഖ്യാപിക്കണം.

നമ്മുടെ സർക്കാർ കഴിവില്ലാത്തതാണെന്ന് നിങ്ങൾ പറയുന്നു.

നമ്മുടെ നിയമങ്ങൾ വളരെ പഴകിയതാണെന്ന് നിങ്ങൾ പറയുന്നു.

മുനിസിപ്പാലിറ്റി മാലിന്യം നീക്കം ചെയ്യുന്നില്ലെന്ന് നിങ്ങൾ പറയുന്നു.

ഫോണുകൾ പ്രവർത്തിക്കുന്നില്ലെന്നും, റെയിൽവേ എന്നത് ഒരു തമാശയാണെന്നും, എയർലൈൻസ് ലോകത്തിലെ ഏറ്റവും മോശമായ ഒന്നിൽ പെടുന്നുവെന്നും, തപാൽ ഒരിക്കലും അതിന്റെ ലക്ഷ്യം കാണുന്നില്ലെന്നും നിങ്ങൾ പറയുന്നു.

നമ്മുടെ നാട് നാശത്തിന്റെ പടുകുഴിയിലാണെന്ന് നിങ്ങൾ പറയുന്നു.

നിങ്ങൾ പറഞ്ഞുകൊണ്ടേയിരിക്കുന്നു

എന്നാൽ ഇതിനെല്ലാം വേണ്ടി നിങ്ങൾ എന്ത് ചെയ്യുന്നു? സിംഗപ്പൂരിലേക്ക് യാത്ര പോകുന്ന ഒരാളുടെ കാര്യമെടുക്കാം. അയാൾക്ക് ഒരു പേരു നൽകുക – നിങ്ങളുടെ പേര്. അയാൾക്ക് ഒരു മുഖം നൽകുക – നിങ്ങളുടെ മുഖം. വിമാനത്താവളത്തിൽ നിന്നും പുറത്തിറങ്ങുമ്പോൾ അന്താരാഷ്ട്ര നിലവാരത്തിലാണു നിങ്ങളുടെ പെരുമാറ്റം എന്ന് നിങ്ങൾ ഉറപ്പ് വരുത്തുന്നു.

സിംഗപ്പൂരിൽ നിങ്ങൾ വഴിവക്കിൽ സിഗരറ്റ് കുറ്റികൾ വലിച്ചെറിയില്ല, വഴിയിൽ നിന്ന് ഭക്ഷിക്കില്ല. അവരുടെ ഭൂഗർഭ പാതകളെക്കുറിച്ച് അവർക്ക് എത്ര കണ്ട് അഭിമാനമുണ്ടോ അത്രയും അഭിമാനം നിങ്ങൾക്കുമുണ്ടാകുന്നു. വൈകീട്ട് അഞ്ചിനും എട്ടിനും ഇടയ്ക്ക് ഓർച്ചാഡ് റോഡിലൂടേയുള്ള യാത്രയ്ക്കായി നിങ്ങൾ അഞ്ച് ഡോളർ (ഏകദേശം അറുപത് രൂപ) നൽകുന്നു. (ഈ പാത മാഹിം ക്രോസ്‌വ്വെ അല്ലെങ്കിൽ പെദ്ദാർ റോഡിനോട് സമാനമാണ്.) നിങ്ങൾ ആരാണെന്ന വ്യത്യാസമില്ലാതെ ഏതെങ്കിലും റസ്റ്ററണ്ടിലോ ഷോപ്പിങ്ങ് മാളിലോ അധിക സമയം ചെലവഴിച്ചാൽ പാർക്കിങ്ങിൽ അതിന്റെ ഫീസ് അടയ്ക്കുന്നു. സിംഗപ്പൂരിൽ നിങ്ങൾക്ക് ഇതിനെക്കുറിച്ചൊന്നും പരാതിയില്ല, ഉണ്ടോ? റമദാൻ മാസത്തിൽ നിങ്ങൾ ദുബായിൽ പൊതുസ്ഥലത്ത് നിന്ന് ഭക്ഷിക്കുവാൻ ധൈര്യപ്പെടുകയില്ല. ജെദ്ദയിൽ നിങ്ങൾ നിങ്ങളുടെ തല മറയ്ക്കാതെ നടക്കുവാൻ ധൈര്യപ്പെടില്ല. നിങ്ങൾ ലണ്ടനിലാണെങ്കിൽ, "എന്റെ STD, ISD ബില്ലുകൾ മറ്റൊളാൾക്ക് വഴിതിരിച്ച് വിടുവാൻ" പത്ത് പൗണ്ട് (ഏകദേശം അറുന്നൂറ്റി അമ്പത് രൂപ) ഒരു ജീവനക്കാരനെ വിലയ്ക്ക് വാങ്ങുവാനായി ചെലവഴിക്കുവാൻ നിങ്ങൾ ധൈര്യപ്പെടുകയില്ല. വാഷിങ്ങ്ടണിലെ വീഥിയിലൂടെ 55 മൈലിൽ കൂടുതൽ (88 കിലോമീറ്ററിൽ) വേഗതയിൽ കാറോടിച്ച് ട്രാഫിക് പൊലീസിനോട് "ഞാൻ ആരാണെന്ന് അറിയാമോ? ഞാൻ ഇന്നയാളിന്റെ മകനാണ്. നീ നിന്റെ രണ്ട് നാണയം വാങ്ങി സ്ഥലം വിട്ടോളണം" എന്ന് പറയുവാൻ ധൈര്യപ്പെടില്ല. ആസ്ത്രേലിയയിലേയും ന്യൂസിലാണ്ടിലേയും കടൽത്തീരങ്ങളിൽ നിങ്ങൾ കുപ്പത്തൊട്ടിയിലല്ലാതെ ഒഴിഞ്ഞ നാളികേര തൊണ്ടുകൾ നിക്ഷേപിക്കില്ല. നിങ്ങൾ ടോക്യോ നഗരത്തിലെ തെരുവുകളിൽ എന്തുകൊണ്ട് വെറ്റില മുറുക്കി തുപ്പുന്നില്ല? ബോസ്റ്റണിൽ നിങ്ങൾ എന്തുകൊണ്ട് പരീക്ഷയെഴുതുവാൻ പകരക്കാരനെയിറക്കുകയോ വ്യാജ സർട്ടിഫിക്കറ്റുകൾ വാങ്ങുകയോ ചെയ്യുന്നില്ല? അതെ, നമ്മൾ ഈ നിങ്ങളെക്കുറിച്ച് തന്നെയാണ് സംസാരിക്കുന്നത്. ഒരു വിദേശ രാജ്യത്ത് അവരുടെ വ്യവസ്ഥകളെ ബഹുമാനിക്കുവാനും അതുമായി പൊരുത്തപ്പെടുവാനും കഴിയുന്ന, അതേ സമയം നിങ്ങളുടെ സ്വന്തം രാജ്യത്ത് അതിനാകാത്ത നിങ്ങളെക്കുറിച്ച്. നിങ്ങൾ ഇന്ത്യയുടെ മണ്ണിൽ കാലുകുത്തിയാലുടൻ വഴിയരികിൽ സിഗരറ്റ് കുറ്റികൾ വലിച്ചെറിയുവാൻ തുടങ്ങും. കടലാസുകൾ വലിച്ചെറിയുവാൻ തുടങ്ങും. മറ്റ് രാജ്യങ്ങളിൽ നിങ്ങൾക്ക് അവരുടെ നിയമങ്ങൾ അനുസരിക്കുന്ന, അതിനെ പ്രകീർത്തിക്കുന്ന ഒരുവനാകുവാൻ കഴിയുന്നുവെങ്കിൽ പിന്നെ നിങ്ങളുടെ സ്വന്തം രാജ്യത്തിൽ എന്തുകൊണ്ട് അതിനാകുന്നില്ല?

ഒരിക്കൽ ഒരു അഭിമുഖത്തിനിടയ്ക്ക് ബോംബെയുടെ മുൻ-മുൻസിപ്പൽ കമ്മീഷണർ ശ്രീമാൻ തിനൈകർ എന്നോട് ഒരു കാര്യം പറയുകയുണ്ടായി. "ധനികർ അവരുടെ നായ്ക്കളുമായി വഴിയിലൂടെ നടക്കുന്നത് നായ്ക്കൾക്ക് വഴിയിൽ കാഷ്ഠിച്ച് വഴി വൃത്തികേടാക്കുവാനാണ്. എന്നിട്ട്

അതേ ജനങ്ങൾ തന്നെ തിരിഞ്ഞ് നിന്ന് അധികാരികളുടെ കഴിവില്ലായ്മ യെക്കുറിച്ച് സംസാരിക്കുവാനും തുടങ്ങുന്നു. നടപ്പാതയിലെ വൃത്തികേടു കളെ കുറിച്ച് സംസാരിക്കുന്നു. ഉദ്യോഗസ്ഥർ എന്ത് ചെയ്യണമെന്നാണവർ ആഗ്രഹിക്കുന്നത്? ഓരോ നായയും കാഷ്ഠിച്ച് കഴിഞ്ഞാൽ ചൂലുമെടുത്ത് അതിന്റെ പിറകെ പോകണോ? അമേരിക്കയിൽ, മൃഗത്തിന്റെ ഉടമ ഈ ജോലി ചെയ്തേ മതിയാകൂ. അവരുടെ നായ വഴിയിൽ കാഷ്ഠിച്ചാൽ അവർ അത് വൃത്തിയാക്കണം. ജാപ്പാനിലേയും സ്ഥിതി ഇത് തന്നെയാണ്. എന്നാൽ ഇന്ത്യയിലെ പൗരന്മാർ ഇത് ചെയ്യുമോ?" അദ്ദേഹം പറഞ്ഞത് ശരിയാണ്. നമ്മൾ ഒരു സർക്കാരിനെ തിരഞ്ഞെടുക്കുന്നതിനായി വോട്ട് നൽകുന്നു. അതിനുശേഷം എല്ലാ ഉത്തരവാദിത്വങ്ങളും അടിയറവ് വയ്ക്കുന്നു. നമ്മെ പുകഴ്ത്തുന്നത് കേൾക്കുവാനായി നമ്മൾ അലസമായിരിക്കുന്നു. സർക്കാർ നമുക്കായി എല്ലാം ചെയ്യണം. നമ്മുടെ സംഭാവന ശൂന്യത്തിലും താഴെ യാകും. സർക്കാർ വൃത്തിയാക്കണമെന്ന് നമ്മൾ പ്രതീക്ഷിക്കുന്നു. അതേ സമയം ചുറ്റിലും ചപ്പുചവറുകൾ നിറയ്ക്കുന്നത് നമ്മൾ നിറുത്തുകയില്ല. വഴിയിൽ കാണുന്ന ഒരു തുണ്ട് കടലാസ് പെറുക്കിയെടുത്ത് അത് ചവറ്റു കുട്ടയിലിടുകയില്ല. റെയിൽവെ വൃത്തിയുള്ള ശൗചാലയങ്ങൾ തരണ മെന്ന് നമ്മൾ ശഠിക്കുന്നു, എന്നാൽ ശൗചാലയങ്ങൾ എങ്ങനെ വൃത്തി യായി ഉപയോഗിക്കണമെന്ന് നമ്മൾ പഠിക്കില്ല.

ഇന്ത്യൻ എയർലൈൻസ് ഏറ്റവും നല്ല ഭക്ഷണം നൽകണമെന്നും അവരുടെ ശൗചാലയങ്ങളിൽ ഉപയോഗിക്കുന്ന വസ്തുക്കൾ മികച്ചതായി രിക്കണമെന്നും നമ്മൾ പ്രതീക്ഷിക്കുന്നു. എന്നാൽ അവസരം ലഭിച്ചാൽ നമ്മൾ കളവ് കാണിക്കുന്നു. പൊതുജനങ്ങൾക്ക് നേരിട്ട് സേവനം നൽകാത്ത ഉദ്യോഗസ്ഥരിലും ഇതേ പ്രവണത കാണുവാനാകും. സ്ത്രീധനം, പെൺ കുട്ടികൾ, സ്ത്രീകൾ, തുടങ്ങിയ കാര്യങ്ങളിലേക്ക് എത്തുമ്പോഴും നമ്മൾ നമ്മുടെ ചുറ്റുവട്ടങ്ങളിൽ വലിയ വായിൽ പ്രതിഷേധിക്കുകയും സ്വന്തം വീട്ടിലെത്തിയാൽ ഇതിനു നേരെ വിപരീതമായി പ്രവർത്തിക്കുകയും ചെയ്യുന്നു. എന്നിട്ട് "മൊത്തം വ്യവസ്ഥയാണ് മാറേണ്ടത്, ഞാൻ എന്റെ മകനു മാത്രം സ്ത്രീധനം വാങ്ങാത്തതുകൊണ്ട് എന്ത് മാറ്റമുണ്ടാകാനാണ്?" എന്ന് സമർത്ഥിക്കുന്നു.

അപ്പോൾ പിന്നെ ആരാണ് ഈ വ്യവസ്ഥകൾ മാറ്റുവാൻ പോകുന്നത്? ഒരു വ്യവസ്ഥയിൽ എന്തൊക്കെയുണ്ട്? വളരെ സൗകര്യപ്രദമായി നമ്മൾ പറയുക, നമ്മുടെ അയൽക്കാർ, കുടുംബാംഗങ്ങൾ, മറ്റു നഗരങ്ങൾ, മറ്റു സമുദായങ്ങൾ പിന്നെ സർക്കാരും എന്നായിരിക്കും. എന്നാൽ ഞാനും നിങ്ങളും എന്നായിരിക്കുകയില്ല. നമ്മൾ ചെയ്യേണ്ടുന്ന ക്രിയാത്മകമായ സംഭാവനകളിലേക്കെത്തുമ്പോൾ, നമ്മൾ നമ്മെ നമ്മുടെ കുടുംബത്തിന്റെ സുരക്ഷിതത്വത്തിലേക്ക് ഒതുക്കുകയും അങ്ങ് ദൂരേക്ക്, വിദേശത്തേക്ക്, ഒരു മിസ്റ്റർ ക്ലീൻ വരുന്നതിനും കൈയൊന്ന് വീശി അദ്ഭുതങ്ങൾ

സംഭവിപ്പിക്കുന്നതിനും കാത്തിരിക്കുന്നു, ഒളിച്ചോടുന്നു. മടിയന്മാരായ പേടിത്തൊണ്ടന്മാരെപ്പോലെ നമ്മൾ അമേരിക്കയിലേക്കോടി അവിടത്തെ വ്യവസ്ഥകളെ പുകഴ്ത്തുന്നു. ന്യുയോർക്കിലും സുരക്ഷിതത്വമില്ലെങ്കിൽ ഇംഗ്ലണ്ടിലേക്കോടുന്നു. ഇംഗ്ലണ്ടിൽ തൊഴിലില്ലായ്മ വർദ്ധിക്കുമ്പോൾ ഗൾഫ് മേഖലയിലേക്ക് പായുന്നു. ഗൾഫിൽ യുദ്ധം വരുമ്പോൾ ഇന്ത്യൻ സർക്കാർ ഞങ്ങളെ രക്ഷപ്പെടുത്തി കൊണ്ടുവരേണ്ടത് ഞങ്ങളുടെ അവകാശമാണെന്ന് വാശിപിടിക്കുന്നു.

എല്ലാവരും ഈ രാഷ്ട്രത്തെ അപമാനിച്ച് സംസാരിക്കുന്നു, ബലാത്സംഗം ചെയ്യുന്നു. വ്യവസ്ഥകളെ ഊട്ടി നിറുത്തേണ്ടതിനെക്കുറിച്ച് ആരും ചിന്തിക്കുന്നില്ല. നാം നമ്മുടെ മനസ്സിനെ പണത്തിന് പണയം വച്ചിരിക്കുന്നു.

പ്രിയപ്പെട്ട ഇന്ത്യക്കാരെ,

ഈ ലേഖനം ചിന്തകളെ ഉദ്ദീപ്തമാക്കുന്നതാണ്, ആത്മപരിശോധന ആവശ്യപ്പെടുന്നതാണ്, ഒരുവന്റെ മനസ്സിൽ കൊള്ളേണ്ടതാണ്....

തന്റെ നാട്ടുകാരോട് ജോൺ എഫ് കെന്നഡി ചോദിച്ച ചോദ്യം ഞാൻ ഇന്ത്യക്കാരോട് ചോദിക്കട്ടെ...

"ഇന്ത്യക്ക് വേണ്ടി നമുക്ക് എന്ത് ചെയ്യുവാനാകും എന്ന് സ്വയം ചോദിക്കുക, ഇന്ന് അമേരിക്കയും മറ്റു പാശ്ചാത്യ രാജ്യങ്ങളും എന്താണോ അതുപോലെ ഇന്ത്യയേയാക്കുവാൻ എന്ത് വേണമോ അത് ചെയ്യുക."

ഇന്ത്യക്ക് എന്ത് വേണമോ അത് നമുക്ക് ചെയാം.

നന്ദി ■

അബ്ദുൾ കലാം യൂറോപ്യൻ പാർലമെന്റിൽ ചെയ്ത പ്രസംഗം

യൂറോപ്യൻ പാർലമെന്റിലെ ബഹുമാന്യ അംഗങ്ങളോടൊപ്പം യൂറോപ്യൻ യൂണിയന്റെ സുവർണ്ണ ജൂബിലി നടക്കുന്ന ഈ അവസരത്തിൽ പങ്കെടുക്കുവാനായതിൽ എനിക്ക് വലിയ സന്തോഷമുണ്ട്. നിങ്ങളുടെ മദ്ധ്യത്തിൽ നിൽക്കുമ്പോൾ, സുഹൃത്തുക്കളെ, നിങ്ങളുമായി എന്ത് ചിന്തകൾ പങ്കുവയ്ക്കണം എന്നാലോചിക്കുകയായിരുന്നു ഞാൻ. ഒരു ജനാധിപത്യ രാഷ്ട്രം എന്ന നിലയിൽ ഇന്ത്യക്ക്, പല ഭാഷകൾ സംസാരിക്കുന്ന, പല സംസ്കാരങ്ങളിൽ ജീവിക്കുന്ന, പല മതങ്ങളിൽ വിശ്വസിക്കുന്ന നൂറ് കോടി ജനങ്ങളെ നയിച്ച അനുഭവ സമ്പത്തുണ്ട്. ഈ അനുഭവം നിങ്ങളുമൊത്തു പങ്കുവയ്ക്കുവാൻ ഞാൻ ആഗ്രഹിക്കുന്നു. ഇത് യൂറോപ്യൻ യൂണിയന്റെ ശാന്തിക്കും പുരോഗതിക്കും സഹായകരമാകും.

മാനുഷ ചരിത്രത്തിൽ യൂറോപ്യൻ സംസ്കാരത്തിന് അതുല്യമായ സ്ഥാനമുണ്ട്. ഭൂമിയുടെ വിവിധ ഭാവങ്ങളെ അന്വേഷിക്കുന്നതിനിടയ്ക്ക്, പല ആശയങ്ങളും വ്യവസ്ഥകളും കണ്ടെത്തുവാൻ സഹായകരമായിട്ടുള്ള സാഹസങ്ങളായ ഉദ്യമങ്ങൾ യൂറോപ്പിൽ നിന്നുണ്ടായിട്ടുണ്ട്. സാങ്കേതിക വിദ്യകളെ വിജയത്തിലേക്ക് നയിച്ചിട്ടുള്ള ശാസ്ത്രത്തിന്റെ മുൻനിരക്കാർ പലരും ജനിച്ചിട്ടുള്ളത് യൂറോപ്പിലാണ്. രണ്ട് ലോകമഹായുദ്ധങ്ങളടക്കം, നൂറു കണക്കിന് വർഷങ്ങൾ, യൂറോപ്പ്, രാഷ്ട്രങ്ങൾ തമ്മിൽ തമ്മിലുള്ള സംഘട്ടനങ്ങൾക്ക് വേദിയായിട്ടുണ്ട്. ഈ പശ്ചാത്തലം മുൻനിറുത്തി, ഈ പ്രദേശത്തിന്റെയെല്ലാം ശാന്തിയും പുരോഗതിയും ലക്ഷ്യമിട്ട് നിങ്ങൾ യൂറോപ്യൻ യൂണിയൻ സ്ഥാപിച്ചിരിക്കുന്നു. രാഷ്ട്രങ്ങൾ തമ്മിൽ തമ്മിലുള്ള ബന്ധത്തിന് യൂറോപ്യൻ യൂണിയൻ ഒരു ഉദാഹരണമായിരിക്കുന്നു. ഇത് യുദ്ധമില്ലാത്ത ഒരു അവസ്ഥയുണ്ടാക്കിയേക്കാം. അത് ഈ പ്രദേശത്ത് എന്നെന്നും നിലനിൽക്കുന്ന ശാന്തിക്കും കാരണമാക്കിയേക്കാം.

യൂറോപ്പിലേക്ക് യാത്ര തിരിക്കും മുമ്പ് യൂറോപ്പും ഇന്ത്യയും സമാനതകളില്ലാത്തതായിരിക്കുന്നത് എന്തുകൊണ്ടെന്നും, സ്വാഭാവിക പങ്കാളികളായിരിക്കുന്നത് എന്തുകൊണ്ടെന്നും ഞാൻ ചിന്തിക്കുകയായിരുന്നു. നമ്മൾ ഒരേ ചരിത്രവും പാരമ്പര്യവുമാണോ പങ്കുവയ്ക്കുന്നത്? അതുപോലെ ഭാവിയിൽ ഒരേ വിധിയുമാണോ പങ്കുവയ്ക്കാൻ പോകുന്നത്?

പരസ്പര ബന്ധം

ഞാൻ കണ്ടെത്തിയ വിവരം എന്നെ ആശ്ചര്യപ്പെടുത്തി. നമ്മൾ തമ്മിലുള്ള പരസ്പര ബന്ധത്തിന്റെ ആഴവും പ്രസരിപ്പും കാലത്തിന്റെ പരീക്ഷണങ്ങൾക്ക് കീഴടങ്ങി അവസാനിച്ചില്ല. ആ ബന്ധം ഭാഷ വഴിയാകാം, സംസ്കാരം വഴിയാകാം, പുരാതന വിശ്വാസങ്ങൾ വഴിയാകാം, ആദർശങ്ങൾ വഴിയാകാം അല്ലെങ്കിൽ ജനങ്ങൾ അങ്ങോട്ടുമിങ്ങോട്ടും യാത്ര ചെയ്തതിനാലാവാം. ഇത് പിന്നീട് പരസ്പര പൂരകമായ വ്യാപാര ബന്ധമായും ശാസ്ത്രത്തിനും സാങ്കേതിക വിദ്യയ്ക്കും സംതൃപ്തി നൽകുന്ന പങ്കാളിത്തമായും വളർന്നു.

നാനാത്വത്തിൽ ഏകത്വം

അനേകം വർഷങ്ങൾ കൊണ്ട് ഇന്ത്യ അതിന്റെ നാനാത്വത്തിൽ ഏകത്വം നില നിറുത്തുവാൻ പഠിച്ചിരിക്കുന്നു. അതുപോലെ തന്നെ നിങ്ങൾ യൂറോപ്യൻ യൂണിയൻ വഴി, പല പല രാഷ്ട്രങ്ങൾ ഉൾപ്പെട്ടതെങ്കിലും അവയിലൊന്നിന്റേയും വ്യക്തിത്വം നഷ്ടപ്പെടുത്താതെ കരുത്തുള്ള ഒരു യൂണിയൻ പടുത്തുയർത്താനാകും എന്ന് തെളിയിച്ചിരിക്കുന്നു. ഇത് പ്രചോദകമായ ഒരു മാതൃകയായിരിക്കുന്നു. ലോകത്തിലെ ഇതരഭാഗങ്ങൾക്ക് ഇത് പകർത്താവുന്നതുമാണ്. യൂറോപ്യൻ യൂണിയനും ഇന്ത്യയും സാമൂഹികാടിസ്ഥാനത്തിലുള്ള ഒരു സാമ്പത്തിക വികസനത്തെ പ്രോത്സാഹിപ്പിക്കുകയും പരസ്പര സഹകരണത്തോടെയുള്ള ഒരു വളർച്ചാ മാതൃക സ്ഥാപിക്കുകയും ചെയ്തിരിക്കുന്നു. പരിസ്ഥിതിയെ ബഹുമാനിച്ചുകൊണ്ടുള്ള വളർച്ച മാത്രമേ ഭാവി തലമുറകൾക്കായി നിലനിറുത്തുവാനാകുകയുള്ളു എന്നത് ഇരു കൂട്ടർക്കും ബോധ്യമുണ്ട്. ഇന്ത്യയുടേയും യൂറോപ്പിന്റേയും നൂറ്റാണ്ടുകൾ പഴക്കമുള്ള, അമൂല്യമായ ഈ അനുഭവം വച്ച്, ആഗോള സഹകരണത്തിനായി ഒരു വ്യവസ്ഥ നമുക്ക് സൃഷ്ടിക്കുവാനാകും. ഈ വ്യവസ്ഥയുടെ അടിത്തറ പ്രാദേശിക സഹകരണവും ഓരോ രാഷ്ട്രത്തിന്റേയും തനത് കരുത്തുകളെന്തോ അതുമായിരിക്കും.

ഈ പശ്ചാത്തലം വച്ച് ഞാൻ ഇന്ത്യയിൽ നിന്നും ഒരു സന്ദേശം കൊണ്ടു വന്നിട്ടുണ്ട്. ആഗോള ശാന്തിക്കും പുരോഗതിക്കും സംഭാവന നൽകുവാൻ സഹായിക്കുന്ന മൂന്ന് പ്രധാനപ്പെട്ട ഇന്തോ-യൂറോപ്യൻ പദ്ധതികൾ ആരംഭിക്കുവാനായുള്ള സന്ദേശം. ഇന്ത്യയുടെ അനുഭവവും യൂറോപ്പിന്റെ ചലനാത്മകതയും അടിസ്ഥാനമാക്കിയാണ് ഈ പദ്ധതികൾ ഞാൻ മുന്നോട്ട് വയ്ക്കുന്നത്.

ജ്ഞാനമുള്ള സമൂഹത്തിന്റെ വികാസം-മൂല്യ വ്യവസ്ഥകളോടെയുള്ള വികാസം വഴി പുരോഗതിയും ശാന്തിയുമുള്ള ലോകത്തിലേക്കെത്തുക.

ഊർജ്ജത്തിന്റെ കാര്യത്തിൽ സ്വയം പര്യാപ്തത - ശുദ്ധമായ ഭൂമി എന്നത് മുൻനിറുത്തി ഊർജ്ജാവശ്യത്തിനായി മൂന്ന് തലങ്ങളിലുള്ള ഒരു സമീപനം.

ആഗോള ജ്ഞാന പ്രതലം - യൂറോപ്യൻ യൂണിയന്റേയും ഇന്ത്യയുടേയും ഉൾക്കരുത്ത് ഏകോപിപ്പിച്ച് ശുദ്ധജലം, ആരോഗ്യസംരക്ഷണം, സ്രോതസ്സുകൾ വിപുലീകരിക്കുക എന്നിവയ്ക്കുള്ള പോംവഴികൾ കണ്ടെത്തുക.

സമന്വയത്തോടെ പ്രവർത്തിക്കുന്ന ഒരു സമൂഹത്തിനായി

രാഷ്ട്രങ്ങളൊന്നിച്ച് സമന്വയത്തോടെ പ്രവർത്തിക്കുന്ന, പരസ്പരാശ്രയത്വമുള്ള ഒരു സമൂഹം കെട്ടിപ്പടുക്കുമ്പോൾ, സമൂഹത്തിന്റെ എല്ലാ വിഭാഗങ്ങളിലും വികാസത്തിന്റെ ഗുണങ്ങൾ എത്തിച്ചേരണമെന്നത് അത്യന്താപേക്ഷിതമാണ്. ലോകമെമ്പാടും, ദ്വേഷ്യം അക്രമം എന്നീ പ്രതിലോമ ശക്തികളെ മുന്നോട്ട് നയിക്കുന്നത്, ദാരിദ്ര്യം, തൊഴിലില്ലായ്മ, അവകാശനിഷേധം എന്നിവയാണ്. ഈ ശക്തികൾ പിന്നെ വെറും ധാരണയിൽ മാത്രമുള്ളതോ യഥാർത്ഥങ്ങളായതോ ആയ ചരിത്രപരമായ വിദ്വേഷങ്ങളിൽ ചേക്കേറുന്നു. ചരിത്രപരമായ വിദ്വേഷങ്ങൾ മാത്രമല്ല, എതിർപ്പുകൾ, അന്യായങ്ങൾ, അസമത്വം, വിവിധ കുലങ്ങൾ തമ്മിലുള്ള മത്സരങ്ങൾ, മത മൗലിക വാദം എന്നിവയിലും ഇവ ചെന്നു ചേരാറുണ്ട്. ഇവിടെ വച്ച് അവ തീവ്രവാദത്തിന്റെ പൊട്ടിത്തെറിയാകുന്നു. ലോകമെമ്പാടും ഇത് സംഭവിക്കുന്നു. ഇന്ത്യയും യൂറോപ്യൻ യൂണിയനും ഒരുപോലെ സമൂഹത്തിലെ തെറ്റിദ്ധരിപ്പിക്കപ്പെട്ട ചില വിഭാഗങ്ങളുടെ ഇത്തരത്തിലുള്ള പ്രവർത്തനങ്ങൾക്ക് സാക്ഷ്യം വഹിച്ചിട്ടുണ്ട്. ഈ പ്രക്രിയയുടെ അടിസ്ഥാനകാരണം എന്തെന്ന് നമ്മൾ യോജിച്ച് കണ്ടെത്തേണ്ടതും അതിനെതിരെ നിതാന്തമായ ശാന്തി നിലനിറുത്തുന്ന പ്രവർത്തനങ്ങളിൽ യോജിച്ച് നിൽക്കേണ്ടതുമാണ്.

ശാശ്വതമായി നിലനിൽക്കുന്ന നന്മയും എല്ലാതിനേയും ഉൾക്കൊള്ളുന്ന സ്വഭാവവും മനുഷ്യന്റെ പെരുമാറ്റരീതികളിലുണ്ടാകുക എന്നതാണ് ഇതിനാവശ്യം. ഇതിനെ നമ്മൾ ധാർമ്മിക ബോധം എന്ന് വിളിക്കുന്നു.

ഞങ്ങൾ ഇന്ത്യയിൽ പറയുന്നത് പോലെ:

ധാർമ്മികബോധം

ഹൃദയത്തിൽ ധാർമ്മിക ബോധമുണ്ടെങ്കിൽ
സ്വഭാവത്തിൽ സൗന്ദര്യമുണ്ടാകുന്നു,
വീട്ടിൽ ഐക്യമുണ്ടാകുന്നു.
വീട്ടിൽ ഐക്യമുണ്ടാകുമ്പോൾ
രാഷ്ട്രത്തിൽ അടുക്കും ചിട്ടയുമുണ്ടാകുന്നു
രാഷ്ട്രത്തിൽ അടുക്കും ചിട്ടയുമുണ്ടാകുമ്പോൾ
ലോകത്തിൽ സമാധാനമുണ്ടാകുന്നു

ഇത് മൊത്തം ലോകത്തിനു ബാധകമാണ്, സത്യവുമാണ്. ലോകത്തിൽ സമാധാനമുണ്ടാകണമെങ്കിൽ ആദ്യം കുടുംബത്തിൽ ഐക്യമുണ്ടാകണം. അത് യൂറോപ്പോ ഇന്ത്യയോ ലോകത്തിന്റെ മറ്റേത് ഭാഗമോ ആകട്ടെ. ധാർമ്മിക ബോധത്തിന്റെ ഉദ്ഭവസ്ഥാനം ഹൃദയമാണ്. ഈ ലോകത്തിലെ ഓരോ പൗരന്റേയും ഹൃദയത്തിൽ നമുക്ക് ധാർമ്മിക ബോധം എങ്ങനെ വളർത്താം?

പരിജ്ഞാനമുള്ള ഒരു സമൂഹത്തിന്റെ പരിണാമം

ബഹുമാന്യ മെംബർമാരെ, ധാർമ്മിക ബോധത്തിന്റെ ഈ അന്തഃസത്ത ഉൾക്കൊണ്ടുകൊണ്ട്, ബഹുമാന്യ യോഗത്തിനു മുമ്പാകെ, സന്തോഷവും, അഭിവൃദ്ധിയും ശാന്തിയുമുള്ള സമൂഹം നമ്മുടെ ഭൂഖണ്ഡത്തിൽ പരിണാമപ്പെട്ട് വരുന്നതിനായി ഒരു മാർഗ്ഗരേഖ സമർപ്പിക്കുവാൻ ഞാൻ ഉദ്ദേശിക്കുന്നു. ഞാനിതിനെ "പരിജ്ഞാനമുള്ള ഒരു സമൂഹത്തിന്റെ പരിണാമം" എന്ന് വിളിക്കട്ടെ. ദേശീയ അന്തർദേശീയ മണ്ഡലങ്ങളിൽ പല ബുദ്ധിജീവികളുമൊത്തും ഞാൻ ഈ ചിന്തകൾ പങ്കുവച്ചിട്ടുണ്ട്. മുല്യാധിഷ്ഠിത വിദ്യാഭ്യാസം, മതം ആത്മീയതയായി രൂപാന്തരം പ്രാപിക്കുക, സമൂഹത്തിന്റെ രൂപമാറ്റത്തിനായുള്ള സാമ്പത്തിക പുരോഗതി എന്നീ മൂന്ന് ഘടകങ്ങളുള്ള, പരിജ്ഞാനമുള്ള ഒരു സമൂഹത്തെ നമുക്കെങ്ങനെ സൃഷ്ടിച്ചെടുക്കുവാനാകും? നമുക്ക് ചർച്ച ചെയ്യാം.

1) മൂല്യാധിഷ്ഠിത വിദ്യാഭ്യാസം

ഓരോ വ്യക്തിയുടേയും ഹൃദയത്തിൽ വസിക്കുന്ന ധാർമ്മിക ബോധത്തിലാണ് ലോകശാന്തിക്കായുള്ള വിത്തിരിക്കുന്നത് എന്നു നമ്മൾ കണ്ടു കഴിഞ്ഞു. യുവമനസ്സുകളിൽ ധാർമ്മിക ബോധം വികസിക്കുന്ന തരത്തിൽ നമ്മൾ മൂല്യാധിഷ്ഠിത വിദ്യാഭ്യാസം രൂപകല്പന ചെയ്യണം. വിദ്യാഭ്യാസത്തിന്റെ ലക്ഷ്യം അതായിരിക്കണം. ഒരു വ്യക്തി ഏറ്റവും കൂടുതൽ കാര്യങ്ങൾ പഠിച്ചെടുക്കുന്നത് അഞ്ച് മുതൽ പതിനേഴ് വയസ്സു വരെയുള്ള കാലഘട്ടത്തിലാണ്. പൗരാണിക കാലത്തെ ഒരു ഗ്രീക്ക് ഗുരുവിന്റെ വാക്കുകൾ എന്റെ ഓർമ്മയിലെത്തുന്നു. "ഏഴു വർഷം ഒരു കുഞ്ഞിനെ എന്നെയേല്പിക്കൂ. അതിനു ശേഷം ഈശ്വരനോ ചെകുത്താനോ ആരുവേണമെങ്കിലും ആ കുഞ്ഞിനെയെടുത്തോട്ടെ. അവനെ പിന്നെ അവർക്ക് മാറ്റിയെടുക്കുവാനാകില്ല"എന്നാണാ വാചകം. ഇത് മഹാന്മാരായ ഗുരുക്കന്മാരുടെ കരുത്തിനെ കാണിക്കുന്നു.യുവ മനസ്സുകളിൽ അവർക്ക് എത്രകണ്ട് സ്വാധീനം ചെലുത്തുവാനാകും എന്ന് കാണിക്കുന്നു. മാതാപിതാക്കളും അദ്ധ്യാപകരും കുട്ടികളിൽ മാനസിക നേതൃത്വത്തിന്റെ അലകൾ വികസിപ്പിച്ചെടുക്കണം. ഇതിന്, മാനുഷ ബോധമണ്ഡലത്തിന്റെ അതുല്യതയും ആഗോളാത്മകതയും തിരിച്ചറിയുവാനുള്ള ഉൾക്കാഴ്ചയുണ്ടാകണം. ഇതിനായി പരിജ്ഞാനമുണ്ട് എന്ന തോന്നൽ മനസ്സിലുണ്ടാകണം. ദൈനംദിന കാര്യങ്ങൾ മനസ്സിലാക്കുവാൻ കഴിയണം. മനുഷ്യനും പരിസ്ഥിതിയും തമ്മിലുള്ള സ്ഥായിയായ സത്യമായ ബന്ധം തിരിച്ചറിയുവാനുള്ള കഴിവുണ്ടാകണം. ഇതൊക്കെ കൂടിച്ചേർന്നാലേ യഥാർത്ഥ വിദ്യാഭ്യാസമാകുകയുള്ളൂ.

ഞാൻ കോളേജിൽ പഠിച്ചിരുന്ന കാലത്ത് അഭിവന്ദ്യ ഫാദർ റെക്ടർ കളത്തിൽ, തെക്കേ ഇന്ത്യയിലെ തിരുച്ചിറപ്പള്ളിയിലെ സെന്റ് ജോസഫ്സ് കോളേജിൽ നടത്തിയിരുന്ന പ്രസംഗങ്ങൾ എനിക്ക് ഓർമ്മ വരുന്നു. എല്ലാ

തിങ്കളാഴ്ചയും ഒരു മണിക്കൂർ അദ്ദേഹത്തിന്റെ ക്ലാസ്സുണ്ടാകും. ഭൂതകാലത്തിലും വർത്തമാനകാലത്തിലുമുള്ള നല്ല മനുഷ്യരെക്കുറിച്ചും, നല്ല മനുഷ്യരുണ്ടാകുന്നതെങ്ങനെ എന്നതിനെക്കുറിച്ചും അദ്ദേഹം പറയാറുണ്ടായിരുന്നു. ബുദ്ധൻ, കൺഫ്യൂഷ്യസ്, സെന്റ് അഗസ്റ്റിൻ, കലിഫ ഒമർ, മഹാത്മ ഗാന്ധി, ഐൻസ്റ്റൈൻ, അബ്രഹാം ലിങ്കൻ എന്നീ മഹാന്മാരെക്കുറിച്ച് അദ്ദേഹം പ്രസംഗിക്കുമായിരുന്നു. നമ്മുടെ സംസ്കാരത്തെക്കുറിച്ചും പാരമ്പര്യത്തെക്കുറിച്ചും അദ്ദേഹം സംസാരിക്കാറുണ്ടായിരുന്നു. സാന്മാർഗ ക്ലാസ്സിൽ, ഫാദർ കളത്തിൽ, ഈ മഹാന്മാരെല്ലാം മാതാപിതാക്കളുടെ ശ്രദ്ധ, അദ്ധ്യാപനം, നല്ല പുസ്തകങ്ങളുമായുള്ള ചങ്ങാത്തം എന്നിവ വഴി എങ്ങനെ മഹാന്മാരായി വളർന്നു എന്നത് വിശദീകരിക്കാറുണ്ടായിരുന്നു. എന്റെ കോളേജ് വിദ്യാഭ്യാസം നടന്ന 1950 കളിലാണെനിക്ക് ഈ പാഠ്യങ്ങൾ നൽകിയതെങ്കിലും ഇന്നും എനിക്ക് അവ പ്രചോദനമായിരിക്കുന്നു. സ്കൂളുകളിലും കോളേജുകളിലും മഹാന്മാരായ അദ്ധ്യാപകർ ആഴ്ചയിൽ ഒരു മണിക്കൂറെങ്കിലും സാംസ്കാരിക പൈതൃകത്തെക്കുറിച്ചും മൂല്യാധിഷ്ഠിത വ്യവസ്ഥകളെക്കുറിച്ചും ക്ലാസുകളെടുക്കണം. ഇതിനെ സന്മാർഗ ക്ലാസ്സുകൾ എന്ന് വിളിക്കാം. ഇത് യുവമനസ്സുകളിൽ ദേശസ്നേഹം ഉയർത്തുവൻ സഹായകരമാകും. മറ്റ് മനുഷ്യ ജീവികളെ സ്നേഹിക്കുവാനുള്ള മനസ്സുണ്ടാക്കുവാൻ സഹായിക്കും. അത് അവരെ ഉയർന്ന തലങ്ങളിലേക്കെത്തിക്കും. എന്റെ രാജ്യത്തെ വിദ്യാഭ്യാസ വിദഗ്ധരോട് ഞാൻ ഈ മാർഗ്ഗം നിർദ്ദേശിച്ചിട്ടുണ്ട്. വിദ്യാർത്ഥികളിൽ അടിസ്ഥാന മൂല്യങ്ങൾ വളർത്തുകയും അതു വഴി അത് എല്ലാവർക്കും പ്രയോജനമാകുകയും ചെയ്യുന്നതിനെ യൂറോപ്യൻ യൂണിയനു പരിഗണിക്കാം.

ഇനി ഞാൻ മതം ഒരു ആത്മീയ ശക്തിയായി രൂപാന്തരപ്പെടുന്നതിനെ പരാമർശിക്കാം. ഇത് വളരെ ബുദ്ധിമുട്ടുള്ള കാര്യമാണെന്ന് ലോകത്തിൽ പലരും കരുതുന്നു. ഇത് സാധ്യമാണെന്ന് എന്നെ ബോധ്യപ്പെടുത്തിയ എന്റെ അനുഭവത്തിലുള്ള ഒരു സംഭവം ഞാനിവിടെ പങ്കുവയ്ക്കാം.

2) ആത്മീയശക്തിയായി രൂപാന്തരം പ്രാപിക്കൽ, ആഗോളമനസ്സിലൂടെ

മതത്തിന് രണ്ട് ഘടകങ്ങളുണ്ട്, ആദ്ധ്യാത്മിക ശാസ്ത്രവും ആത്മീയതയും. ഓരോ മതത്തിന്റേയും ആദ്ധ്യാത്മിക ശാസ്ത്രം വേറിട്ടതാണെങ്കിലും, ആത്മീയ ഘടകം, തീർത്തും ഭൗതികമായ ജീവിതം നയിക്കുമ്പോഴും ഒരു നല്ല മനുഷ്യ ജീവിതം പ്രോത്സാഹിപ്പിക്കുവാൻ സഹായകരമാകുന്ന രീതിയിൽ മനുഷ്യനിൽ മൂല്യബോധം നിറയ്ക്കുന്നു. ഒരു വലിയ ലക്ഷ്യത്തിനായി എങ്ങനെ ശാസ്ത്രവും മതവും ഒത്തുചേർന്നു എന്ന ഒരനുഭവം പങ്കുവയ്ക്കുവാൻ ഞാൻ ആഗ്രഹിക്കുന്നു.

ഇന്ത്യയുടെ ബഹിരാകാശ ഗവേഷണ പദ്ധതിയുടെ സ്ഥാപകനായ പ്രൊഫസർ വിക്രം സാരാഭായിയും അദ്ദേഹത്തിന്റെ സംഘവും ആയിരത്തി

തൊള്ളായിരത്തി അറുപതുകളിലാണ്, പല സ്ഥലങ്ങളും പരിശോധിച്ചതിനു ശേഷം, സാങ്കേതികമായി ഈ പരീക്ഷണങ്ങൾക്ക് ഏറ്റവും അനുയോജ്യമായ ഒരു സ്ഥലം കണ്ടെത്തുന്നത്. കേരളത്തിലെ തുമ്പ എന്ന സ്ഥലമാണവർ തിരഞ്ഞെടുത്തത്. ഗുരുത്വാകർഷണം ഏറെയുള്ള ഭൂമദ്ധ്യരേഖയ്ക്ക് സമീപമാണീ സ്ഥലം. അതിനാൽ തന്നെ ബഹിരാകാശത്തെ അയണോസ്ഫിയർ, എലക്ട്രോജറ്റ് ഗവേഷണങ്ങൾക്ക് ഏറ്റവും അനുയോജ്യമായിരുന്നു ഇത്. ഏകദേശം എട്ട് വർഷക്കാലം പ്രൊഫസർ വിക്രം സാരാഭായിയോടൊപ്പം പ്രവർത്തിക്കുവാനുള്ള ഭാഗ്യം എനിക്കുണ്ടായിട്ടുണ്ട്.

പ്രൊഫസർ വിക്രം സാരാഭായി നേരിട്ട ഏറ്റവും വലിയ വെല്ലുവിളി തിരഞ്ഞെടുക്കപ്പെട്ട ഈ സ്ഥലത്ത് മതിയായ ഭൂമി ലഭിക്കുക എന്നതായിരുന്നു. പതിവനുസരിച്ച് പ്രൊഫസർ വിക്രം സാരാഭായി ആദ്യം കേരള സർക്കാരിനെ സമീപിച്ചു. കടൽത്തീരത്തുള്ള ഈ ഭൂമിയുടെ വിശദാംശങ്ങൾ കണ്ടശേഷം വന്ന പ്രതികരണം, ആയിരക്കണക്കിന് മുക്കുവർ ഇവിടെ വസിക്കുന്നുണ്ട്, മഗ്ദലന മറിയയുടെ ഒരു പഴയ പള്ളിയുണ്ട്, ബിഷപ്പിന്റെ കൊട്ടാരമുണ്ട് പിന്നെ ഇവിടെ ഒരു സ്കൂളുമുണ്ട്, അതിനാൽ ഈ സ്ഥലം വിട്ട് കൊടുക്കുക ബുദ്ധിമുട്ടാകും എന്നായിരുന്നു. പകരം മറ്റേതെങ്കിലും സ്ഥലം തരാം എന്നായി. രാഷ്ട്രീയ കക്ഷികളും ഇവിടെ ഇത്രയും പ്രാധാന്യമുള്ള ജനവാസമുള്ളതാകയാൽ ഈ സ്ഥലം വിട്ടുകൊടുക്കുവാനാകില്ല എന്നും ഇവിടെയുള്ളവരെ മാറ്റി പാർപ്പിക്കുക ബുദ്ധിമുട്ടാകും എന്നും അഭിപ്രായപ്പെട്ടു. എന്നിരുന്നാലും ഈ കാര്യത്തിൽ സഹായിക്കുവാൻ കഴിയുന്ന അഭിവന്ദ്യ പിതാവ് റവറന്റ് ഫാദർ പീറ്റർ ബർണാഡ് പെരേരയെ ഒന്ന് ചെന്ന് കാണുന്നത് നന്നായിരിക്കും എന്നൊരു ഉപദേശവും ലഭിച്ചു. ഒരു ശനിയാഴ്ച സായാഹ്നത്തിൽ പ്രൊഫസർ വിക്രം സാരാഭായി ബിഷപ്പിനെ സന്ദർശിച്ചു. എനിക്ക് ആ സന്ദർശനം ഇപ്പോഴും ഓർമ്മയുണ്ട്. ഇവർ രണ്ട് പേരുടേയും കൂടിക്കാഴ്ച ചരിത്ര സംഭവമായി. ആ ചരിത്രസംഭവത്തിന് സാക്ഷികളായവരിൽ ഞങ്ങളിൽ പലരും പെടുന്നു. റവറന്റ് ഫാദർ അദ്ഭുതപ്പെട്ടു. എന്നിട്ട് "ഓ.. വിക്രം... താങ്കളെന്നോട് ചോദിക്കുന്നത് എന്റെ കുട്ടികൾ വസിക്കുന്ന സ്ഥലമാണ്, എന്റെ വാസസ്ഥാനമാണ്, ദൈവത്തിന്റെ ആലയമാണ്. അതെങ്ങനെ സാധ്യമാകും?" എന്ന് ചോദിച്ചു. ഏറ്റവും വിഷമം പിടിച്ച അവസ്ഥകളിലും പുഞ്ചിരിക്കുവാൻ ഇവർ ഇരുവർക്കുമാകുമായിരുന്നു. റവറന്റ് ഫാദർ പീറ്റർ ബർണാഡ് പെരേര, പ്രൊഫസർ വിക്രം സാരാഭായിയോട്, പിറ്റേന്ന്, അതായത് ഞായറാഴ്ച കാലത്ത് ഒമ്പത് മണിക്ക് പള്ളിയിൽ വരുവാൻ ആവശ്യപ്പെട്ടു. പ്രൊഫസർ വിക്രം സാരാഭായി തന്റെ സംഘത്തിനോടൊപ്പം പിറ്റേന്ന് പള്ളിയിലെത്തി. അപ്പോൾ പള്ളിയിൽ പ്രാർത്ഥന നടന്നുകൊണ്ടിരിക്കുകയായിരുന്നു. ഫാദർ പെരേര ബൈബിൾ വായിക്കുകയായിരുന്നു. പ്രാർത്ഥന കഴിഞ്ഞപ്പോൾ ബിഷപ്പ്, പ്രൊഫസർ വിക്രം സാരാഭായിയോട് സ്റ്റേജിലേക്ക് വരുവാൻ ആവശ്യപ്പെട്ടു. അദ്ദേഹം പ്രൊഫസർ വിക്രം സാരാഭായിയെ സദസ്സിനു പരിചയപ്പെടുത്തി. "മക്കളേ, ഇതാ ഒരു

ശാസ്ത്രജ്ഞൻ. പ്രൊഫസർ വിക്രം സാരാഭായി എന്നാണിദ്ദേഹത്തിന്റെ പേര്. ശാസ്ത്രം നമുക്ക് എന്താണ് ചെയ്യുന്നത്? ഈ പള്ളിയടക്കം, നമ്മളെല്ലാം അത് അനുഭവിച്ചറിയുന്നുണ്ട്. ഞാൻ പറയുന്നത് വൈദ്യുതിയിൽ നിന്നും വരുന്ന വെളിച്ചത്തെക്കുറിച്ചാണ്. സാങ്കേതിക വിദ്യ ഒന്നുകൊണ്ട് മാത്രമാണ് ഞാൻ ഈ മൈക്കിലൂടെ സംസാരിക്കുന്നത് നിങ്ങൾക്കൊക്കെ കേൾക്കുവാനാകുന്നത്. രോഗികൾക്ക് ഡോക്ടർമാർ നൽകുന്ന ചികിത്സ വൈദ്യശാസ്ത്രത്തിൽ നിന്നും വന്നതാണ്. സാങ്കേതിക വിദ്യവഴിയുള്ള ശാസ്ത്രം മനുഷ്യ ജീവിതത്തിന്റെ ഗുണനിലവാരം ഉയർത്തുകയും സൗകര്യങ്ങൾ മെച്ചപ്പെടുത്തുകയും ചെയ്യുന്നു. ഒരു പാതിരി എന്ന നിലയിൽ ഞാൻ എന്ത് ചെയ്യുന്നു? ഞാൻ നിങ്ങൾക്ക് വേണ്ടി പ്രാർത്ഥിക്കുന്നു. നിങ്ങളുടെയെല്ലാം നന്മ ലക്ഷ്യമാക്കി പ്രാർത്ഥിക്കുന്നു. നിങ്ങളുടെ ശാന്തിക്കായി പ്രാർത്ഥിക്കുന്നു. ചുരുക്കത്തിൽ, ഞാൻ ചെയ്യുന്നതും വിക്രം ചെയ്യുന്നതും തമ്മിൽ യാതൊരു വ്യത്യാസവുമില്ല. ശാസ്ത്രവും ആത്മീയതയും മനുഷ്യന്റെ ഉന്നമനത്തിനായി, മനസ്സിന്റേയും ശരീരത്തിന്റേയും ഉന്നമനത്തിനായി ദൈവത്തിന്റെ ആശിർവാദം തേടുകയാണ് ചെയ്യുന്നത്. നമ്മൾ ഇന്ന് ജീവിക്കുന്നതിനു പകരമായി പുതിയ ആവാസ സ്ഥലങ്ങൾ ഒരു വർഷത്തിനുള്ളിൽ കടൽ തീരത്ത് നിർമ്മിക്കാമെന്ന് പ്രൊഫസർ വിക്രം പറയുന്നു. എങ്കിൽ നമുക്ക് നമ്മുടെ ആവാസകേന്ദ്രങ്ങൾ കൊടുത്തുകൂടേ? എന്റെ വാസസ്ഥലം കൊടുത്തുകൂടേ?ദൈവത്തിന്റെ ആലയം ഒരു ശാസ്ത്ര പദ്ധതിക്കായി കൊടുത്തുകൂടേ?" പള്ളിയിൽ പൂർണ്ണ നിശ്ശബ്ദതയായിരുന്നു. സൂചിവീണാൽ കേൾക്കുന്ന നിശ്ശബ്ദത. പിന്നെ എല്ലാവരും ഒന്നിച്ചെഴുന്നേറ്റ് "ആമേൻ" പറഞ്ഞു. അത് പള്ളിയെ ആകെ പ്രകമ്പനം കൊള്ളിച്ചു.

ആ പള്ളിയാണു ഞങ്ങളുടെ ഡിസൈൻ സെന്റർ ആയത്. അവിടെയാണ് ഞങ്ങൾ റോക്കറ്റ് അസംബ്ലി തുടങ്ങിയത്. ബിഷപ്പിന്റെ വീട് ശാസ്ത്രജ്ഞന്മാർക്ക് ജോലി ചെയ്യുവാനുള്ള സ്ഥലമായി. തുമ്പ ഇക്വറ്റോറിയൽ റോക്കറ്റ് ലോഞ്ചിങ്ങ് സ്റ്റേഷൻ (TERLS) പിന്നെ വിക്രം സാരാഭായി സ്പേസ് സെന്റർ (VSSC)ന്റെ സ്ഥാപനത്തിനു കാരണമാക്കി. ബഹിരാകാശ പ്രവർത്തനങ്ങൾ രാജ്യത്തുടനീളമുള്ള പല കേന്ദ്രങ്ങളിലേക്ക് വ്യാപിപ്പിക്കപ്പെട്ടു. ഈ പള്ളി ഇപ്പോൾ പഠനത്തിനുള്ള ഒരു പ്രധാന കേന്ദ്രമായിരിക്കുന്നു. ഇന്ത്യയുടെ ബഹിരാകാശ ഗവേഷണ ചരിത്രം പഠിക്കുവാനും ഒരു ശാസ്ത്രജ്ഞന്റേയും ആത്മീയ നേതാവിന്റേയും വലിയ മനസ്സിനെക്കുറിച്ച് പഠിക്കുവാനും ആയിരങ്ങൾ ഇവിടെയെത്തുന്നു. തുമ്പയിലെ പൗരന്മാർക്ക് എല്ലാ സൗകര്യങ്ങളുമുള്ള വാസസ്ഥലവും, ആരാധനാലയവും, വിദ്യാഭ്യാസ സ്ഥാപനവും യഥാസമയം ലഭിക്കുകയുണ്ടായി.

ഈ ഒരു സംഭവത്തെക്കുറിച്ച് ഓർക്കുമ്പോൾ, പരിജ്ഞാനമുള്ള ആത്മീയ, ശാസ്ത്രീയ, നേതാക്കന്മാർക്ക് ഒന്നിച്ച് മനുഷ്യ ജീവിതത്തിൽ എങ്ങനെ ആദരവ് കൊണ്ടുവരുവാനാകും എന്ന് കാണാനാകുന്നു. TERLS, VSSC എന്നിവയുടെ സ്ഥാപനം രാജ്യത്തിന് ഉപഗ്രഹ വിക്ഷേപണ വാഹിനി,

ബഹിരാകാശ റോക്കറ്റുകൾ, ബഹിരാകാശ ഗവേഷണം എന്നിവ നടത്തുവാനുള്ള കഴിവുണ്ടാക്കിക്കൊടുത്തു. ഇത് ഇന്ത്യയിൽ സാമൂഹിക സാമ്പത്തിക വികാസം ഗണിച്ചെടുക്കാനാകാത്ത നിലയിൽ വർദ്ധിക്കുന്നതിന് സഹായകമാക്കി.

ഇന്ന് പ്രൊഫസർ വിക്രം സാരാഭായിയോ റവറന്റ് പീറ്റർ ബർണാഡ് പെരേരയോ നമ്മുടെ ഇടയിലില്ല. എന്നാൽ ചില സൃഷ്ടികൾക്ക് കാരണമായവർ, ചില പുഷ്പങ്ങൾ പുഷ്പിക്കുന്നതിനു കാരണമായവർ, സ്വയം മറ്റൊരു പുഷ്പമാകും. ഇതിനെക്കുറിച്ച് ഭഗവദ് ഗീതയിൽ പറഞ്ഞിരിക്കുന്നത് നോക്കൂ: "പുഷ്പത്തെ കാണൂ. എത്ര ഉദാരമായണവ സൗരഭ്യവും തേനും വിതരണം ചെയ്യുന്നത്. അത് എല്ലാവർക്കും കൊടുക്കുന്നു, അതിന്റെ സ്നേഹം സൗജന്യമായി കൊടുക്കുന്നു. പിന്നെ അതിന്റെ കർമ്മം പൂർത്തിയായാൽ ആരുമറിയാതെ കൊഴിഞ്ഞ് വീഴുന്നു. ഒരു പുഷ്പത്തെപ്പോലെയാകുവാൻ ശ്രമിക്കൂ, എല്ലാ ഗുണങ്ങളുമുണ്ടെങ്കിലും ഒന്നിലും അഹങ്കരിക്കാതെ." മനുഷ്യ സമൂഹത്തിനു മുന്നിൽ ആത്മീയ ഘടകം പ്രതിഫലിപ്പിക്കുന്നതിനായി എന്തൊരു നല്ല സന്ദേശം. മതങ്ങളുടെ ആത്മീയ ഘടകം പരസ്പരം ബന്ധിപ്പിച്ച് നമുക്ക് ഈ ലോകത്തിൽ ശാന്തി കൊണ്ടുവരുവാനാകുമോ?

എന്റെ രാജ്യത്തിന്റെ പല ഭാഗങ്ങളിലും സാധാരണമായി സംഭവിക്കുന്ന ഒരു കാര്യം ഞാനിവിടെ ഓർക്കാം. ഞാനൊരു കൊച്ചു കുഞ്ഞായിരുന്നപ്പോൾ, ഏകദേശം പത്ത് വയസ്സുള്ളപ്പോൾ, ഞാൻ ഇത് കണ്ടിട്ടുണ്ട്. മൂന്ന് അതുല്യപ്രതിഭകൾ എന്റെ വീട്ടിൽ ഒത്തുചേരാറുണ്ട്. രാമേശ്വരം ക്ഷേത്രത്തിലെ മുഖ്യ പൂജാരിയും ഒരു വേദ പണ്ഡിതനുമായിരുന്ന പക്ഷി ലക്ഷ്മണ ശാസ്ത്രികൾ, രാമേശ്വരത്തെ ആദ്യ ക്രിസ്തീയ ദേവാലയം നിർമ്മിച്ച റവറന്റ് ഫാദർ ബോദൽ, അവിടത്തെ മുസ്ലീം പള്ളിയിലെ ഇമാമായിരുന്ന എന്റെ അച്ഛൻ എന്നിവരാണവർ. അവർ മൂന്ന് പേരും ഒന്നിച്ചിരുന്ന് രാമേശ്വരം ദ്വീപിലെ പ്രശ്നങ്ങൾ ചർച്ചചെയ്യുകയും അതിനുള്ള പോംവഴികൾ കണ്ടെത്തുകയും ചെയ്യാറുണ്ടായിരുന്നു. വലിയ കരുണയോടേയും സഹാനുഭൂതിയോടേയും അവർ മതങ്ങൾ തമ്മിൽതമ്മിലുള്ള പല ബന്ധങ്ങളും സൃഷ്ടിച്ചെടുത്തു. ഈ പരസ്പരബന്ധം ഒരു പുഷ്പത്തിന്റെ സൗരഭ്യം ചുറ്റിലേക്കും എങ്ങനെ പരക്കുന്നുവോ അതുപോലെ ദ്വീപിലെ മറ്റുള്ളവരിലേക്കും വ്യാപിച്ചു. മതങ്ങൾ തമ്മിലുള്ള ചർച്ചകളെക്കുറിച്ച് ആരോടെങ്കിലും സംസാരിക്കുമ്പോൾ എന്റെ മനസ്സിലേക്ക് ഓടിയെത്തുന്നത് ഈ ദൃശ്യമാണ്. ആയിരക്കണക്കിന് വർഷങ്ങൾ ഇന്ത്യക്ക് മനസ്സുകൾ തമ്മിൽതമ്മിലുള്ള ഈ പരസ്പര ബന്ധത്തിന്റെ, സമന്വയത്തിന്റെ ഗുണം ലഭ്യമായിട്ടുണ്ട്. ഇന്ന്, പണ്ടെത്തേക്കാൾ എല്ലാം ഉപരിയായി, സംസ്കാരങ്ങൾ തമ്മിൽ തമ്മിലും, മതങ്ങൾ തമ്മിൽ തമ്മിലും തുറന്ന ചർച്ചകൾ നടക്കേണ്ടതിന്റെ ആവശ്യകത വർദ്ധിച്ചിട്ടുണ്ട്.

ഞാൻ ഇപ്പോൾ പറഞ്ഞ ഈ രണ്ട് സംഭവങ്ങൾ, ആത്മീയ ഘടകങ്ങളിലൂടെ മതങ്ങളെ പരസ്പരം കോർത്ത് നിറുത്തുവാനാകും എന്ന എന്റെ

വിശ്വാസത്തിന് അടിവരയിടുന്നു. എപ്പോഴൊക്കെ ഞാൻ എന്റെ നാട്ടിലെ യുവാക്കളേയും അനുഭവ സമ്പത്തേറിയവരേയും കണ്ടുമുട്ടിയിട്ടുണ്ടോ അപ്പോഴൊക്കെ ഈ രണ്ട് അനുഭവങ്ങളും അയവിറക്കിയിട്ടുണ്ട്. എന്റെ രാജ്യത്തിലും, ലോകത്തെമ്പാടും, പലർക്കും ഇത്തരം അനുഭവങ്ങളുണ്ട്. ഇതുപോലുള്ള "സന്തോഷകരമായ കാര്യങ്ങൾ" നമ്മൾ ലോകത്തിലെല്ലാം പടർത്തണം.

ഇനി നമുക്ക് പരിജ്ഞാനമുള്ള സമൂഹവും അതുവഴി സാമൂഹിക പരിവർത്തനത്തിനായുള്ള സാമ്പത്തിക വികാസവും എന്ന വിഷയത്തെക്കുറിച്ച് ചർച്ച ചെയ്യാം. മൂന്നാമത്തെ പ്രധാന ഘടകം എന്നു ഞാൻ വിളിച്ചത് ഇതിനെയാണല്ലോ.

3) സാമൂഹിക പരിവർത്തനത്തിനായുള്ള സാമ്പത്തിക വികാസം

ഇന്ത്യയുടെ സാമ്പത്തിക രംഗം ആരോഹണത്തിന്റെ ഘട്ടത്തിലാണ്. ഉത്പാദന രംഗത്തും സേവന രംഗത്തും ഗണ്യമായ വളർച്ചയുണ്ടാകുന്നുണ്ട്. ഈ സാമ്പത്തിക വളർച്ച ഗ്രാമീണ മേഖലയിലുൾപ്പെടെ രാജ്യത്തിന്റെ എല്ലാ ഭാഗത്തേക്കും വ്യാപിപ്പിക്കുക എന്നൊരു ലക്ഷ്യം ഞങ്ങൾക്കുണ്ട്. ഗ്രാമീണ മേഖലയിലും നഗരപ്രദേശത്തുമായി താമസിക്കുന്ന ഏകദേശം 220 ദശലക്ഷം ജനങ്ങളുടെ ജീവിത ഗുണനിലവാരം ഉയർത്തേണ്ടതുണ്ട്. നമ്മുടെ സാമ്പത്തിക വളർച്ച കാണിക്കുന്ന സൂചിക GDP ആണെങ്കിലും, ലക്ഷ്യങ്ങളിലേക്കെത്തുവാനായി ജനപങ്കാളിത്തം ആവശ്യമാണ്. പോഷകസമൃദ്ധമായ ആഹാരം, നല്ല വാസസ്ഥലം, വൃത്തിയുള്ള പരിതസ്ഥിതി, അധിക സാമ്പത്തിക ഭാരം വരുത്താത്ത ആരോഗ്യ സംരക്ഷണം, ഗുണമേന്മയുള്ള വിദ്യാഭ്യാസം, ഉത്പാദനക്ഷമതയുള്ള തൊഴിൽ സൗകര്യം എന്നിവ നമ്മുടെ സാംസ്കാരിക പാരമ്പര്യത്തിൽ നിന്നും ലഭ്യമായിട്ടുള്ള മൂല്യാധിഷ്ഠിത വ്യവസ്ഥയോടെ സമന്വയിപ്പിച്ച്, രാജ്യത്തെ നൂറു കോടി ജനങ്ങളിൽ പുഞ്ചിരി വിടർത്തുവാൻ സഹായകരമാകുന്ന, എല്ലാം ഉൾക്കൊണ്ടുള്ള വികസനത്തിന് ജനങ്ങളെ പ്രാപ്തരാക്കണം. രാഷ്ട്രീയ അഭ്യുദയ സൂചിക (National Prosperity Index) യുടെ സൂചകങ്ങൾ ഇതൊക്കെയാണ്. ഈ വളർച്ചാ നിരക്ക് കൈവരിക്കുന്നതിന്, ഇന്ത്യക്ക് അടിസ്ഥാനപരമായി കരുത്തുള്ള അഞ്ച് മേഖലകൾ ഞങ്ങൾ കണ്ടെത്തിയിട്ടുണ്ട്. (1) കൃഷിയും കൃഷിയുത്പന്നങ്ങളുടെ സംസ്കരണവും (2) വിദ്യാഭ്യാസവും ആരോഗ്യസംരക്ഷണവും (3) വിവരസാങ്കേതിക വിദ്യ (4) വൈദ്യുതി, ഗതാഗതം, വാർത്താവിനിമയം എന്നിവ ഉൾപ്പെടെയുള്ള അടിസ്ഥാന സൗകര്യ വികസനം - ഇതിൽ ഗ്രാമീണ മേഖലയിലേക്ക് നഗരസൗകര്യങ്ങൾ വികസിപ്പിക്കലും ഉൾപ്പെടുന്നു (5) പ്രാധാന്യമർഹിക്കുന്ന സാങ്കേതിക വിദ്യകളിൽ സ്വയം പര്യാപ്തത എന്നിവയാണവ. ഇന്ത്യയിലെ 540 ദശലക്ഷം യുവാക്കളുടെ മനസ്സുകളിൽ ഊർജ്ജം നിറച്ചും അവയെ ജ്വലിപ്പിച്ചും 2020 ആകുമ്പോഴേക്കും ഈ ലക്ഷ്യം കൈവരിക്കുവാനാണ് ഞങ്ങൾ നിർദ്ദേശിച്ചിരിക്കുന്നത്.

ഇതുവരേക്കും നമ്മൾ മൂന്ന് തലങ്ങളുള്ള ഒരു സമീപനമാണ് ചർച്ച ചെയ്തത്. മൂല്യാധിഷ്ഠിത വിദ്യാഭ്യാസം, മതം ഒരു ആത്മീയ ശക്തിയായി വളരുക, സമൂഹത്തിന്റെ പരിവർത്തനത്തിനായുള്ള സാമ്പത്തിക വികാസം എന്നിവ വഴി പരിജ്ഞാനമുള്ള ഒരു സമൂഹത്തെ സൃഷ്ടിക്കുക എന്നിവയാണാ മൂന്ന് തലങ്ങൾ. പരിജ്ഞാനമുള്ള സമൂഹത്തിനായുള്ള സമന്വയിപ്പിക്കപ്പെട്ട ഈ മൂന്ന് മാർഗ്ഗങ്ങൾ, ശാന്തിയും സമാധാനവും, പുരോഗതിയും, സന്തോഷവുമുള്ള രാഷ്ട്രങ്ങളെ സൃഷ്ടിക്കും. അതുവഴി ഇവയെല്ലാമുള്ള ലോകത്തെ സൃഷ്ടിക്കും. അത് തീവ്രവാദത്തിൽ നിന്നും മുക്തി നേടുന്നതിനും തീവ്രവാദത്തിന്റെ വിത്തുകൾ ഇനിയുണ്ടാകാതിരിക്കുവാനും സഹായിക്കും. www.presidentofindia.nic.in എന്ന എന്റെ വെബ്സൈറ്റിൽ ഞാൻ, ഓരോ രാഷ്ട്രത്തേയുംപരിജ്ഞാനമുള്ള പൗരന്മാരുടെ രാഷ്ട്രങ്ങളായി പരിണാമപ്പെടുത്തുന്നതിന് ഒരു ആഗോള സംഘടന എന്തുകൊണ്ടാവശ്യമാകുന്നു എന്നത് കുറിച്ചിട്ടുണ്ട്. ഈ ലക്ഷ്യത്തിനായി ലഭിച്ചിട്ടുള്ള ആശയങ്ങളും ചിന്തകളും യൂറോപ്യൻ പാർലമെന്റിലെ ബഹുമാന്യ അംഗങ്ങളുമൊത്ത് പങ്കുവയ്ക്കുവാൻ എനിക്ക് വലിയ സന്തോഷമുണ്ട്.

ഇനി ഞാൻ രണ്ടാമത്തെ ലക്ഷ്യമായ ഊർജ്ജത്തിന്റെ കാര്യത്തിൽ സ്വയം പര്യാപ്തത എന്നത് ചർച്ച ചെയ്യാം.

ഊർജ്ജ സ്വയംപര്യാപ്തതയിലേക്ക് നയിക്കുക

നാം വസിക്കുന്ന ഭൂമി എന്ന ഗോളത്തിലെ പ്രധാന പ്രശ്നങ്ങൾ വിശകലനം ചെയ്യുകയാണെങ്കിൽ നമ്മുടെ മനസ്സിലേക്ക് രണ്ടു പ്രധാന കാര്യങ്ങൾ ഓടിയെത്തും. ഭൂഗർഭ സ്രോതസ്സുകളിൽ നിന്നും ഖനനം ചെയ്തെടുക്കുന്ന എണ്ണ, പ്രകൃതി വാതകം, കൽക്കരി എന്നിവ കുറഞ്ഞ് വരികയാണെന്ന ലോക ഊർജ്ജ സംഘടനയുടെ മുന്നറിയിപ്പാണ് ഇതിൽ ഒന്നാമത്തേത്. ഇങ്ങനെയുള്ള സ്രോതസ്സുകളുപയോഗിച്ച് ഊർജ്ജം ഉത്പാതിപ്പിക്കുക വഴി തുടർച്ചയായി ഉണ്ടാകുന്ന പാരിസ്ഥിതിക ആഘാതങ്ങളാണ് രണ്ടാമത്തേത്. ഇതിനുള്ള പോംവഴി ഊർജ്ജ സ്വയം പര്യാപ്തതയാണ്.ഞാൻ ഈ മാർഗരേഖ എന്റെ രാജ്യത്തിനു മുമ്പാകെ വച്ചിട്ടുണ്ട്. അവ ഒരുപക്ഷേ മറ്റു രാഷ്ട്രങ്ങൾക്കും ബാധകമായേക്കാം.

ഇന്ത്യയിൽ ഊർജ്ജമേഖലയിലെ സ്വാത്രന്ത്ര്യം - ഒരു വീക്ഷണം: ലോക ജനസംഖ്യയുടെ 17% ഇന്ത്യയിലാണ്. എന്നാൽ എണ്ണ, പ്രകൃതിവാതകം എന്നിവയുടെ സ്രോതസ്സുകളിൽ 0.8% ശതമാനം മാത്രമേ ഇന്ത്യയിലുള്ളു. അടുത്ത രണ്ട് ദശാബ്ദക്കാലത്തേക്ക് ഞങ്ങളുടെ രാജ്യത്തിന്റെ പുരോഗതിക്കായി ലക്ഷ്യമിട്ടിട്ടുള്ള വീക്ഷണങ്ങൾ വച്ച് 2030 വർഷമാകുമ്പോഴേക്കും ഇന്ത്യയിൽ 400,000 മെഗാവാട്ട് വൈദ്യുതി ഉത്പാദിപ്പിക്കേണ്ടി വരും. ഇപ്പോൾ ഇത് 130,000 മെഗാവാട്ടാണ്. ഊർജ്ജ സാമ്പത്തിക മേഖല, ഊർജ്ജം കൂടുതൽ കാര്യക്ഷമമായി ഉപയോഗിക്കുന്ന ഉപകരണങ്ങളുടെ വികാസം

എന്നിവയെല്ലാം കണക്കിലെടുത്തതിനു ശേഷമുള്ള കണക്കാണിത്. ഊർജ്ജ മേഖലയിലെ സ്വാതന്ത്ര്യം ലഭ്യമാക്കേണ്ടത് മൂന്ന് മാർഗ്ഗങ്ങളിലൂടെയാണ്. വീണ്ടും ഉപയോഗിക്കാവുന്ന ഊർജ്ജ സ്രോതസ്സുകൾ ഉപയോഗിച്ചുണ്ടാക്കുന്ന ഊർജ്ജം (സോളാർ, കാറ്റ്, ജല വൈദ്യുതി പദ്ധതികൾ), ആണവോർജ്ജ പദ്ധതികൾ, ഗതാഗത വിഭാഗത്തിനായി ജൈവ ഇന്ധനം എന്നിവയാണവ. ഊർജ്ജ സ്വാതന്ത്ര്യം എന്നത് ലോകത്തിനു മുമ്പാകെ വളരെ പ്രധാനപ്പെട്ട വെല്ലുവിളികൾ ഉയർത്തുന്നുണ്ട്. -CNT (Carbon Nano Tube) യ്ക്ക് മുകളിൽ നടത്തേണ്ടുന്ന വ്യാപകമായ ഗവേഷണം വഴി സോളാർ സെല്ലുകളുടെ കാര്യപ്രാപ്തി ഇപ്പോഴുള്ള 20 ശതമാനത്തിൽ നിന്നും 55 ശതമാനമാക്കി ഉയർത്തേണ്ടതുണ്ട്. തോറിയം റിയാക്ടറുകൾ ഇന്ന് ഉപയോഗിക്കപ്പെടുന്നുണ്ട്. തോറിയം വിഭജിക്കുവാനാകാത്ത ഒരു വസ്തുവാണ്. ഫാസ്റ്റ് ബ്രീഡർ സാങ്കേതിക വിദ്യ ഉപയോഗിച്ച് അതിനെ പിളർക്കാവുന്ന അല്ലെങ്കിൽ വിഭജിക്കാവുന്ന ഒരു വസ്തുവാക്കി മാറ്റേണ്ടതുണ്ട്. ജൈവ ഇന്ധന മേഖലയിലെ വെല്ലുവിളി കൂടുതൽ ഉത്പാദനക്ഷമത തരുന്ന ജൈവ ഇന്ധന പ്ലാന്റേഷനുകളുണ്ടാക്കുക, അവയെ ഇന്ധനമാക്കുന്ന സാങ്കേതിക വിദ്യയിൽ വേണ്ട മാറ്റങ്ങൾ കൊണ്ടുവരിക എന്നിവയൊക്കെയാണ്. ഈ മൂന്ന് ഗവേഷണ രംഗങ്ങളിലും ഇന്ത്യയും യൂറോപ്യൻ യൂണിയനും തമ്മിൽ അടുത്ത സഹകരണം ആവശ്യമാണ്. അതിനാൽ തന്നെ പുനരുത്പാതിപ്പിക്കാവുന്ന ഊർജ്ജം എന്ന മേഖലയെ പരിപോഷിപ്പിക്കുന്നതിനായി ഒരു ഇന്തോ-ഇ യു റിന്യൂവബിൾ എനർജി ഡവലപ്മെന്റ് പ്രോഗ്രാം വേണമെന്നും ഈ പദ്ധതി ആവശ്യമായ ഗവേഷണം നടത്തി അടുത്ത പത്ത് വർഷത്തിനുള്ളിൽ വാണിജ്യാവശ്യത്തിനായുള്ള വൈദ്യുതി ഉത്പാദന സ്ഥാപനങ്ങൾ സ്ഥാപിക്കുവാനുള്ള പിന്തുണ നല്കണമെന്നും ഞാൻ നിർദ്ദേശിക്കുന്നു.

ഇനി നമുക്ക് മൂന്നാമത്തെ ലക്ഷ്യം ചർച്ച ചെയ്യാം.

ആഗോള ജ്ഞാന പ്രതലം

രണ്ട് സഹകരണ പ്രസ്ഥാനങ്ങളുടെ ബീജാവാപം മുതൽ വിജയകരമായി പ്രവർത്തിപ്പിക്കുന്നതുവരെയുള്ള അനുഭവ സമ്പത്ത് ഇന്ത്യക്കുണ്ട്. അതിന്റെ പിൻബലത്തിൽ, ഇന്ത്യയുടേയും യൂറോപ്യൻ യൂണിയനിലെ വിവിധ രാഷ്ട്രങ്ങളുടേയും ശാസ്ത്രം, സാങ്കേതിക വിദ്യ എന്നിവയിലെ കാതലായ കാര്യശേഷി ഒന്നിച്ച് കൊണ്ടുവരുന്നതിനായും അത് ആഗോളതലത്തിൽ പ്രയോജനപ്പെടുത്തുന്നതിനുമായി ഞാൻ "ആഗോള ജ്ഞാന പ്രതലം" എന്നൊരു ആശയം സമർപ്പിക്കുന്നു.

'ആഗോള ജ്ഞാന പ്രതലം' എന്നത് അധിക അറിവ് ആവശ്യമായി വരുന്ന ഉത്പന്നങ്ങൾ, സേവനങ്ങൾ എന്നിവയുടെ ഉത്പാദനം, വിപണനം എന്നിവ കൂടുതൽ കാര്യക്ഷമമാക്കുവാൻ സഹായിക്കും. അവയെ ഒന്നിച്ച്

രൂപകൽപന ചെയ്യുവാനും, വികസിപ്പിക്കുവാനും സഹായിക്കും. ആഗോള ജ്ഞാന പ്രതലം, ശാസ്ത്രം, സാങ്കേതിക വിദ്യ, മാനേജ്മെന്റ്, വിപണനം എന്നിവയുടെ ഒരു സംഗമസ്ഥാനമായിരിക്കും.

ആഗോള ജ്ഞാന പ്രതലത്തിന്റെ ലക്ഷ്യങ്ങൾ: ജൈവ, നാനോ, വിവര സാങ്കേതിക വിദ്യകൾ മാനുഷ സമൂഹത്തിന്റെ എല്ലാ മേഖലകളേയും സ്പർശിക്കും എന്നാണ് കരുതപ്പെടുന്നത്. അതിനാൽ തന്നെ ഇനി ചർച്ച ചെയ്യുന്ന ചില രംഗങ്ങളിലെ ലക്ഷ്യങ്ങൾ ഈ ആഗോള ജ്ഞാന പ്രതലം ഏറ്റെടുക്കും. നമ്മുടെ ലോകം സുരക്ഷിതവും, നിലനിൽക്കുന്നതും, ശാന്തിയുള്ളതുമായ വാസസ്ഥലമാകുന്നതിന് ഇവ ഒഴിച്ചുകൂടാനാകാത്തവയാണ്.

1. ശുദ്ധജലം: സോളാർ ഊർജ്ജമുപയോഗിച്ച് കടൽ വെള്ളത്തിലെ ഉപ്പ് നീക്കം ചെയ്യുക, നദികൾ തമ്മിൽ സംയോജിപ്പിക്കുക, കുറഞ്ഞ ചിലവിൽ കുടിവെള്ളം ലഭ്യമാക്കുക.
2. ആരോഗ്യമേഖല: രോഗങ്ങൾ തിരിച്ചറിയുക, മരുന്നുകൾ എത്തിക്കുക, എച്ച് ഐ വി / ക്ഷയം, മലേറിയ, ഹൃദ്രോഗങ്ങൾ എന്നിവയ്ക്കായുള്ള പ്രതിരോധ കുത്തിവയ്പ്പുകൾ വികസിപ്പിക്കുക, പ്രമേഹം കണ്ടെത്തി ചികിത്സിച്ച് ഭേദപ്പെടുത്തുക.
3. കൃഷിയും കൃഷിയുത്പന്നങ്ങളുടെ സംസ്കരണവും: കുറവ് കൃഷിഭൂമിയിൽ കൂടുതൽ ധാന്യങ്ങൾ ഉത്പാദിപ്പിക്കുക, കുറഞ്ഞ അളവിൽ വെള്ളവും മനുഷ്യ ശക്തിയും ഉപയോഗപ്പെടുത്തുക, ഭക്ഷ്യവസ്തുക്കളുടെ സംസ്കരണം, ഭക്ഷ്യവസ്തുക്കൾ കേടുകൂടാതെ സൂക്ഷിക്കുക, ചെലവ് കുറച്ച് സംഭരിക്കുക, വിതരണം ചെയ്യുക എന്നിവ.
4. വിവരസാങ്കേതിക വിദ്യ: ഹാർഡ്വെയർ, സോഫ്റ്റ്വെയർ, നെറ്റ്വർക്കിങ്ങ്, മൈക്രോ, നാനോ ഇലക്ട്രോണിക് ഉത്പന്നങ്ങൾ ഉൾപ്പെടെയുള്ള വിവരങ്ങൾ സൂക്ഷിച്ചുവയ്ക്കുവാനുള്ള ഉത്പന്നങ്ങൾ.
5. ഗതാഗത വ്യവസ്ഥകൾ: ഇപ്പോഴുപയോഗിക്കുന്ന എണ്ണ മുതലായ ഊർജ്ജസ്രോതസ്സുകൾക്ക് പകരമായി വീണ്ടും ഉപയോഗിക്കാവുന്ന സ്രോതസ്സുകൾ ഉപയോഗിച്ചുള്ള ഗതാഗത സൗകര്യങ്ങൾ, ഹാർഡ്വെയറും അതിനോട് സമന്വയിപ്പിച്ചുള്ള സോഫ്റ്റ്വെയറും.
6. ആവാസവ്യവസ്ഥ: ഊർജ്ജം വെള്ളം എന്നിവയുടെ കാര്യത്തിൽ കാര്യക്ഷമത, മലിനീകരണമില്ലാത്ത ആവാസ സ്ഥലം.
7. അപകടവാസ്ഥകൾ മുൻകൂട്ടി പ്രവചിക്കുവാനാകുന്ന സംവിധാനങ്ങൾ: ഭൂചലനങ്ങൾ പ്രവചിക്കുവാനാകുക, മേഘങ്ങളെ അളന്ന് അതിൽ നിന്നും ലഭ്യമാകുന്ന മഴയുടെ അളവ് പ്രവചിക്കുക.
8. കൂടുതൽ പ്രാപ്തിയുണ്ടാക്കുക: മേല്പറഞ്ഞ എല്ലാ രംഗങ്ങളിലും ലോകോത്തര നിലവാരത്തിൽ മാനവ വിഭവ ശേഷി വർദ്ധിപ്പിക്കുക.

ശാസ്ത്ര രംഗത്ത് അതുല്യമായ സമ്പത്തും ഗവേഷണ മേഖലയിൽ ധനികമായ സംസ്കാരപാരമ്പര്യവുമാണ് യൂറോപ്യൻ യൂണിയൻ പ്രതിനിധാനം ചെയ്യുന്നത്. ശാസ്ത്ര സാങ്കേതിക മേഖലകളിൽ സാമൂഹിക ഉന്നമനം വച്ചുള്ള പല ലക്ഷ്യങ്ങളിലും ഇന്ത്യ കരുത്ത് തെളിയിച്ചിട്ടുണ്ട്. ഇവിടെയെല്ലാം ഇന്ത്യയിപ്പോൾ വളർച്ചയുടെ പാതയിലാണ് താനും. അതിനാൽ തന്നെ ഈ രാജ്യങ്ങളുടെയെല്ലാം ഗുണത്തിനായി ഒരു ആഗോള ജ്ഞാന പ്രതലം സൃഷ്ടിക്കുന്നതിന് ഈ രാജ്യങ്ങളുടെ ഒന്നിച്ചുള്ള കരുത്ത് ഉപയോഗപ്പെടുത്താം.

ഉപസംഹാരം

യൂറോപ്യൻ പാർലമെന്റിലെ ബഹുമാന്യ അംഗങ്ങളെ, നമ്മൾ ഇതുവരേക്കും കണ്ടതുപോലെ നമ്മുടെ സ്വപ്നങ്ങൾക്കും പ്രശ്നങ്ങൾക്കും പല സമാനതകളുമുണ്ട്. നിങ്ങളോടൊത്ത് നിൽക്കുമ്പോൾ, സുന്ദരമായ മനസ്സുകളിൽ നിന്നും സുന്ദരമായ പോംവഴികളുണ്ടാകുമെന്ന് ഒരു ചിന്ത എന്റെ മനസ്സിലുദിക്കുന്നു. സുന്ദരമായ മനസ്സ് ക്രിയാത്മകമാകുന്നു, സർഗ്ഗസൃഷ്ടിയുള്ളതാകുന്നു. ഇന്ത്യയുടേയും യൂറോപ്പിന്റേയും പൊതു പാരമ്പര്യം ഇതാണ്. യൂറോപ്യൻ യൂണിയനിലെ ബഹുമാന്യ അംഗങ്ങളെ, ഞാൻ ഇവിടെ മൂന്ന് ലക്ഷ്യങ്ങൾ അവതരിപ്പിച്ചു. (1) പരിജ്ഞാനമുള്ള ഒരു സമൂഹം പരിണമിപ്പിക്കുക, (2) ഊർജ്ജ വ്യവസ്ഥയിൽ സ്വാതന്ത്ര്യമുണ്ടാക്കുക, (3) ഒരു ആഗോള ജ്ഞാന പ്രതലം സൃഷ്ടിക്കുക എന്നിവയാണവ. ഈ ഇന്തോ-ഇ യു ലക്ഷ്യങ്ങൾ, നമ്മൾ തമ്മിലുള്ള നയതന്ത്രപരമായ പങ്കാളിത്തത്തെ കൂടുതൽ ഊട്ടിയുറപ്പിക്കും. അത് നൂറ്റിയമ്പത് കോടി ജനങ്ങളുടെ ജീവിതം മാറ്റിമറിക്കും. അതുവഴി സംസ്കാരങ്ങൾ പലതും സംഗമിക്കും.

2500 വർഷങ്ങൾക്ക് മുമ്പ് മഹർഷി പതഞ്ജലി പറഞ്ഞ വാക്കുകളിൽ നിന്നും ഈ ലക്ഷ്യം നേടുന്നതിനുള്ള വെല്ലുവിളികളെ നേരിടുവാനുള്ള പ്രചോദനം നമുക്കാർജ്ജിക്കാം. "ഏതെങ്കിലും മഹത്തായ ലക്ഷ്യത്താൽ, അസാധാരണമായ പദ്ധതിയാൽ, നിങ്ങൾ പ്രചോദിതരായിട്ടുങ്കിൽ, നിങ്ങളുടെ ചിന്തകളെല്ലാം അതിർത്തികൾ ലംഘിക്കും. നിങ്ങളുടെ മനസ്സുകൾ പരിമിതകൾക്കപ്പുറത്തേക്ക് നീങ്ങും. നിങ്ങളുടെ അന്തർബോധം എല്ലാ വശങ്ങളിലേക്കും വികസിക്കും. അപ്പോൾ നിങ്ങൾ നിങ്ങളെ സ്വയം ഒരു പുതിയ, മഹത്തായ, ആശ്ചര്യകരമായ ലോകത്തിൽ കാണും. ഉറങ്ങിക്കിടക്കുന്ന ശക്തികളും, ഗുരുക്കന്മാരും, കഴിവുകളും ഉണർന്നെഴുന്നേൽക്കും. നിങ്ങൾ ഇതിനുമുമ്പൊരിക്കലും സ്വപ്നം കണ്ടിട്ടില്ലാത്ത വിധം ഒരു പുതിയ മഹാനായ മനുഷ്യനായി നിങ്ങളെ സ്വയം കണ്ടെത്തും."

ഞാൻ നിങ്ങളോടൊത്ത് "ഭൂമാതാവിന്റെ സന്ദേശം" എന്നൊരു കവിത പങ്കുവയ്ക്കട്ടെ.

ഭൂമാതാവിന്റെ സന്ദേശം

ഭൂമാതാവുപറയുന്നു:-

1. സുന്ദരമായ പരിസ്ഥിതി,
സുന്ദരമായ മനസ്സുകളിലേക്കെത്തിക്കുന്നു
സുന്ദരമായ മനസ്സുകൾ
പുതുമയും ക്രിയാത്മകതയും സൃഷ്ടിക്കുന്നു.

2. ഭൂമിയും ആകാശവും പരതുന്നവരെ സൃഷ്ടിച്ചു,
എല്ലാതിലും പുതുമ സൃഷ്ടിക്കുന്നവരെ സൃഷ്ടിച്ചു,
മഹത്തായ ശാസ്ത്രമനസ്സുള്ളവരെ സൃഷ്ടിച്ചു,
എല്ലായിടത്തും സൃഷ്ടിച്ചു; എന്തിന്?

3. പല കണ്ടുപിടിത്തങ്ങൾക്കം ജന്മം നൽകി
അറിയപ്പെടാത്ത ഭൂഗണ്ഡങ്ങളും ഭൂമികളും കണ്ടെത്തി
ആരുമെത്താത്ത വഴികളിലൂടെ സഞ്ചരിച്ചു
പുതിയ പാതകൾ സൃഷ്ടിച്ചു.

4. ഉത്തമോത്തമന്മാരുടെ മനസ്സിലും
അധമത്വം ജനിച്ചിട്ടുണ്ട്
യുദ്ധത്തിന്റേയും വെറുപ്പിന്റേയും വിത്ത് വിതച്ചിട്ടുണ്ട്
നൂറുകണക്കിനു വർഷം യുദ്ധവും രക്തവും മാത്രമുണ്ടായിട്ടുണ്ട്

5. എന്റെ, സുന്ദരന്മാരായ അനവധി കുട്ടികളെ
കടലിലും കരയിലുമായി നഷ്ടപ്പെട്ടിരിക്കുന്നു
രാഷ്ട്രങ്ങളിൽ കണ്ണുനീർ മാത്രമൊലിച്ചിരിക്കുന്നു
ദുഃഖത്തിന്റെ കടലിൽ പലരും മുങ്ങിപ്പോയിരിക്കുന്നു.

6. അപ്പോഴാണ് യൂറോപ്യൻ യൂണിയൻ എന്നൊരു സ്വപ്നമുണ്ടായത്
പ്രതിജ്ഞ ചൊല്ലി
“നാം ഇനി നമുക്കെതിരെ
മനുഷ്യന്റെ അറിവിനെ തിരിച്ച് വിടില്ല”

7. അവരൊന്നിച്ച് ചിന്തിക്കുന്നു
പ്രവൃത്തികൾ ചുറ്റിലും പ്രസരിക്കുന്നു,
യൂറോപ്പിനെ അതുവഴിയവർ ശാന്തിയും പുരോഗതിയുമുള്ളതാക്കുന്നു
യൂറോപ്യൻ യൂണിയൻ ജനിച്ചിരിക്കുന്നു.

8. “സന്തോഷകരമായ വിശേഷങ്ങൾ”
എന്റെ ആകാശഗംഗയിലെ ജനങ്ങളെ വശീകരിച്ചിരിക്കുന്നു

പ്രിയ യൂറോപ്യൻ യൂണിയൻ
നിന്റെ ലക്ഷ്യങ്ങൾ
ഞങ്ങൾ ശ്വസിക്കുന്ന വായുവെന്നപോലെ
എല്ലായിടത്തും വ്യാപിക്കട്ടെ.

24 ഏപ്രിൽ 2007

പ്രിയ സുഹൃത്തുക്കളെ, എന്റെ നാട്ടിലെ നൂറുകോടി ജനങ്ങളുടെ ആശംസകൾ ഞാൻ യൂറോപ്യൻ യൂണിയനിലെ ബഹുമാന്യ അംഗങ്ങൾ വഴി യൂറോപ്യൻ യൂണിയനിലെ അംഗരാജങ്ങളിലെ എല്ലാ പൗരന്മാരേയും അറിയിക്കട്ടെ.

ഈശ്വരൻ നിങ്ങളെ രക്ഷിക്കട്ടെ. ∎

www.ingramcontent.com/pod-product-compliance
Lightning Source LLC
LaVergne TN
LVHW040155080526
838202LV00042B/3176
* 9 7 8 8 1 8 4 2 3 4 3 5 0 *